व्यवस्थापन व वाणिज्य शाखेच्या विद्यार्थ्यांना उपयुक्त संदर्भ ग्रंथ

I0556329

जाहिरात विश्व

The World of Advertising

प्रा. डॉ. संजय कप्तान

एम.कॉम., एम. बी. ए., पीएच.डी.
वाणिज्यशास्त्र व संशोधन केंद्र,
पुणे विद्यापीठ, पुणे

डायमंड पब्लिकेशन्स, पुणे

जाहिरात विश्व

प्रा. डॉ. संजय कप्तान
एन–२, पुणे विद्यापीठ वसाहत,
पुणे विद्यापीठ, पुणे ०७

प्रथम आवृत्ती – ६ ऑक्टोबर २००९

ISBN 978 - 81- 8483 - 193 - 1

© डायमंड पब्लिकेशन्स, पुणे – ३०

अक्षरजुळणी :
डायमंड पब्लिकेशन्स, पुणे – ३०

मुखपृष्ठ :
शाम भालेकर

प्रकाशक :
दत्तात्रेय गं. पाष्टे
डायमंड पब्लिकेशन्स,
१६९१, सदाशिव पेठ, शंकरप्रसाद को. हौ. सो.
तिसरा मजला, टिळक रोड, पुणे ४११०३०.
☎ ०२० – २४४५२३८७

प्रमुख वितरक :
डायमंड बुक डेपो
६६१, नारायण पेठ, अप्पा बळवंत चौक,
पुणे ३०.
☎ ०२० – २४४८०६७७

सौ. ज्योत्स्ना

व

श्री. अनिल कौशिककर

यांना सप्रेम

.... संजय कप्तान

मनोगत

'जाहिरातविश्व' हे माझे पुस्तक मी एका विशिष्ट हेतूला डोळ्यांपुढे ठेवून लिहिले आहे. आपण एका संक्रमणाच्या परिस्थितीतून जात आहोत, हे संक्रमण सामाजिक सांस्कृतिक आणि आर्थिक स्वरूपाचे आहे. चंगळवादी, उपभोगप्रिय आणि केवळ इहवादास सर्वस्व मानणारा नवीन समाज निर्माण करताना आपण मानवता, विवेक आणि इतरांप्रती आपल्या ह्या पवित्र व उदात्त मानवांना विसरत आहोत अशी भीती वाटू लागते. प्रेम, आस्था, स्नेह, जिव्हाळा, दया, क्षमा, आत्मीयता ह्या पवित्र भावना लुप्त होत आहेत, त्याची विक्री करा, त्यांचा वापर करा, उपभोग करा आणि विसरा अशी एक संकुचित, क्रूर आणि तात्कालिक सुखाला महत्त्व देणारी विचारसरणी जन्माला येत आहे. ह्या उपभोगप्रिय, स्वार्थ, पराभव व आत्मकेंद्रित वृत्तीला चालना देणारी, तिची जोपासना करण्याचे श्रेय जाहिरात व प्रसारमाध्यमांना दिले पाहिजे. मी, माझे, व मीपण यांना असाधारण महत्त्व देणाऱ्या व्यक्ती व आत्मकेंद्री विचारसरणीला समाजात दृढ आणि खंबीर आधार देण्याची ह्या माध्यमांची क्षमता अचाट आहे.

केवळ स्वत:चा स्वत:पुरता व स्वार्थाचा विचार करा. आज उपभोग घ्या, देहात्मक सुखे, स्वत:च्या पलीकडचे जग यांना दुय्यम लेखणाऱ्या विचारांना या उपभोगवर्धन करणाऱ्या माध्यमांनी मोठे महत्त्व दिले आहे.

'मानवाचे मत' हीच प्रयोगशाळा व कर्मभूमी मानून त्याला नियंत्रित करण्यावर भर देणाऱ्या विविध तंत्राचा, युक्त्या व कल्पक विचारांचा वापर करण्यावर जाहिरातदार भर देताना, विचार करण्याचे इंद्रिय हरवलेला, उपभोगाच्या बाजारपेठेत विचारशून्यपणे हिंडणारा ग्राहक निर्माण करण्यावर भर देण्यात येत आहे. अर्थात, या प्रसार व प्रचारयुद्धात कशाचा व कोणाचा बळी जात आहे याचा फारसा विवेक चिंतनाची गरज आज भासत नाही.

ग्राहकांचे मानसिक शोषण, त्यांची यंत्रवत व उपभोगपूर्ण अवस्था ही विकृती आहे याची जाणीव व संवेदना हरविली आहे. ती पुन्हा जागृत व्हावी हाच लेखनाचा हेतू आहे. हे पुस्तक वाचून ती संवेदना व विचार करण्याची प्रेरणा निर्माण झाली तर हा लेखनप्रपंच सफल झाला असे मानता येईल ती अपेक्षा ठेवूनच थांबतो. पुणे विद्यापीठाच्या व्यवस्थापन विभागातील ग्रंथालय सहाय्यक श्री. विनायक डोलारे यांच्या सहकार्याबद्दल मी विशेष आभारी आहे. तसेच डायमंड पब्लिकेशन्सचे श्री. दत्तात्रेय पाष्टे यांच्या ऋणातून मुक्त होणे शक्य नाही.

प्रा. डॉ. संजय कप्तान

लेखक परिचय

प्रा. डॉ. संजय शंकर कप्तान :

पुणे विद्यापीठाच्या वाणिज्यशास्त्र व संशोधन विभागात प्राध्यापक म्हणून कार्यरत आहेत. वाणिज्य व व्यवस्थापनाच्या अध्यापनाचा तीस वर्षांचा अनुभव आहे. त्यांनी वाणिज्य व व्यवस्थापनविषयक अनेक लोकप्रिय पुस्तके लिहिली आहेत.

प्रा. डॉ. संजय शं. कप्तान यांची इतर पुस्तके

वेध नवनिर्मितीचा	१००/-
ग्राहक संरक्षण व शिक्षण	१००/-
जनसंपर्क	१४०/-
जाहिरात विश्व	१००/-

अनुक्रमणिका

१

जाहिरात राज्य करी मनावर

You can fool all the people all the time, if advertising is right and the budget is big enough.

J. E. Levine

If you've been a codfish
all this while, take a hint
from the hen's success
and contact
SYMBOL ADVERTISING
AND MARKETING
VASHANI CHAMBERS, GROUND FLOOR,
47, VITHALDAS THACKERSEY MARG,
BOMBAY 400 020
TEL 250603

जाहिरातीचे महत्त्व जाणा

मासळी देते अंडी हजार
कोंबडी घाली एकच छान
हजार अंडी पाण्यात जाती
पण एकही न लागे हाती
कोणास न तमा ह्या अंड्याची
कारण ती व्यर्थच असती
एकच अंडे कोंबडीचे
पण ती लक्ष वेधते सर्वांचे
म्हणूनच जाणा मतीतार्थ याचा
व्यर्थ न होई खर्च जाहिरातीचा

It pays to
ADVERTISE...
The codfish lays ten
thousand eggs.
The homely hen
lays one.
The codfish never
cackles to tell you
what she's done.
And, so, we scorn
the codfish.
While the humble hen
we prize.
Which only goes to
show you
That it pays to
advertise.
— Anon.

नव्या जगाचा इतिहास लिहावयाचा जर कोणी ठरविले तर, त्यात समाविष्ट करावयाच्या दहा प्रमुख गोष्टींचा क्रम लावणे हे सर्वात कठीण काम आहे. परंतु या कोणत्याही दहा गोष्टींमध्ये, एका गोष्टींचा मात्र खचितच अग्रक्रमाने समावेश करावा

लागेल, ती म्हणजे जाहिरात. जाहिरात ही या नव्या युगाची प्रभावी शक्ती आहे. कोणत्याही कठोर आणि ताठर मनाला वळविण्याचे तिचे सामर्थ्य असाधारण आहे. ती नकाराचा होकार करू शकते आणि प्रत्येक होकाराला उचित कृतीत बदलवू शकते. जाहिरातदार प्रत्येक कल्पनेतून निकड निर्माण करू शकतो आणि प्रत्येक गरजेसाठी स्वतंत्र वस्तू तयार करतो. प्रत्येक अभिलाषेच्या पूर्तीसाठी योग्य वस्तू किंवा सेवानिर्मितीचे त्याचे कार्य अविरतपणे चालूच आहे. ग्राहकांच्या अपेक्षा, कामना जाणून घेणे, त्यांतून कोणती गरज तयार होते हे लक्षात घेणे जाहिरातदाराचे खरे काम होय. Advertising हा शब्द इंग्रजीतील advert, advertisement या क्रियापदापासून तयार झाला आहे. जवळपास ५००० वर्षांपासून जाहिरातींनी मानवी सभ्यतेला भुरळ घातली आहे. संवादातून भावना कळविण्यापेक्षा भावनेचे मूल्य कळविणे जेव्हापासून महत्त्वाचे वाटू लागले त्याच क्षणी जाहिरातीचा जन्म झाला. बॅबिलोनिअन आणि सुमेरियन संस्कृतीच्या काळापासून विक्रय, वृद्धी आणि उत्पादनांच्या प्रचारासाठी जाहिरातींचा वापर करण्यात येत आहे. बाबाएल मॅण्डेबचा आश्चर्यकारक मनोरा बांधणाऱ्या लोकांच्या युगात जाहिरातीचे माध्यम अस्तित्वात होते हे सांगणाऱ्या जाहिराती उपलब्ध आहेत. त्या काळातील एका भोजपत्रावरील जाहिरात इतिहासतज्ज्ञांना प्राप्त झाली आहे. (परंतु ही जाहिरात पळून गेलेल्या गुलामांना पकडून देणाऱ्यास बक्षीस देण्याबाबतची आहे, हे मात्र दुर्दैवाचे आहे.) मद्य, मसाले, औषधी द्रव्ये, मौल्यवान भांडी, लेखक यांच्यादेखील त्या काळातील जाहिराती प्राप्त झाल्या आहेत.

ग्रीकांना तर जाहिरातींचे विशेष आकर्षण होते. बंदरावर आलेली मालवाहू जहाजे आणि त्यातील सामग्री याबाबत चौकात वर्दी देणे, आणि त्या मालाच्या जाहिरातींनी शहर रंगविणे ही सामान्य बाब मानली जात असे. उंची वस्त्रे, मूर्ती, शस्त्रे, रंगकाम, सुगंधी द्रव्ये, मसाले, मद्य यांच्या जाहिराती मोठ्या प्रमाणावर केल्या जात असत. कोणते दुकान कोणत्या वस्तूचे आहे हे सांगण्यासाठी आणि त्याची जाहिरात

पॉंपी येथील योद्ध्याच्या एका अत्यंत जुन्या जाहिरातीचा नमुना

करण्यासाठी रंगीत फलक दुकानात टांगण्याची पद्धत त्या काळात प्रचलित होती. अनेक दुकानदार आपल्या उत्पादकांची प्रसिद्धी करण्यासाठी गावातील हमरस्त्यावरून ओरडत जाणारी पोरे (town criers) नोकरीला लावत. तर काही व्यापारी भाडोत्री संगीतकार, गायक व बजवय्ये यांना या कामी लावून ग्राहकांना आपल्या तालावर नाचवीत असत. अनेक उत्पादक आपली उत्पादने दर्जेदार आहेत हे सिद्ध करण्यासाठी त्यावर आपला शिक्का किंवा आपली विशिष्ट चित्रे उमटवीत असत. रंगीत आकर्षक आणि मनाला प्रसन्न करणारी चित्रे दुकानाच्या बाहेर लावणे, त्यातून दुकानदाराविषयी आणि उत्पादनाविषयी माहिती देऊन ग्राहकांना आकर्षित करण्याचे तंत्र ग्रीकांनी चलनात आणले. भाडोत्री गवयांप्रमाणेच भाडोत्री वक्ते आणि कथावाचक भाटांचा तांडा पाळून काही विक्रेते आपल्या उत्पादनाची शहरभर आणि इतर नगरांत प्रसिद्धी करीत, काही भाट गावातील खानावळी, चौक आणि बाजारपेठेच्या मध्यवर्ती भागात उभे राहून रसभरित वर्णने करून प्रसिद्धीचे कार्य करीत असत. आजचे जाहिरातदार, प्रचारक आणि फिरते विक्रेते यांचे पूर्वज त्याही काळात लोकांच्या मनोभूमिकेवर आपला जम बसवून होते हे यावरून स्पष्ट होते. ११ व्या शतकात तर फ्रान्समध्ये दारूचे विक्रेते आपली दारू लोकप्रिय व्हावी यासाठी चौकात आणि रस्त्यावर दारूचे नमुने फुकट वाटत (ही कल्पना आजदेखील ताजी वाटते). जाहिरातीचा हा विकास केवळ एका तंत्राचा, एका प्रचारपद्धतीचा विकास नव्हता, तर एका सामाजिक पद्धतीमधील परिवर्तनाचा तो धावता आलेखच आहे. काळाच्या प्रत्येक बदलत्या पावलामागे जाहिरातदारांनी आपल्या स्मृतिचिन्हाच्या विविध पताका सर्वत्र स्पष्टपणे उमटविल्या आहेत. जाहिरात हे मानवीय वर्तनाचा अभ्यास करून माणसाच्या नावीन्याच्या आवडीतून निर्माण झालेले प्रचारतंत्र आहे. मानवीय व्यवहार आणि जीवन जगण्याची शैली यांच्या अभ्यासातून धर्मोपदेशक, विक्रेते, उत्पादक, राजकीय नेते, समाजसुधारक, फेरीवाले आणि दुकानदार या सर्वांनी आपली उत्पादने विचार आणि कल्पनांच्या विक्रीसाठी विकसित केलेले ते एक अपूर्व शास्त्र आहे. क्लॉड हॉपकिन्स यांनी १९२६ मध्ये, 'सायंटिफिक ॲड्व्हर्टायझिंग' या पत्रिकेत जाहिरातीबाबतचे आपले मत अत्यंत समर्पक शब्दांत मांडले आहे. ''कुशल जाहिरातदाराला मानसशास्त्राचे सखोल ज्ञान असणे अत्यावश्यक आहे. मानसशास्त्राचा आणि मानवी वर्तनाचा त्याचा अभ्यास जसा जसा वाढत जाईल, त्याबरोबरच मनुष्य ठराविक प्रकारेच का वागतो, त्याची खरेदी करण्याची, निर्णय घेण्याची आणि विशिष्ट प्रकारे वागण्याची प्रेरणा कोणती आहे, याचे त्याला ज्ञान होईल. काही विशिष्ट प्रकारची वागणूक घडण्यासाठी, ठराविक प्रकारची प्रतिक्रिया घडून येण्यासाठी कोणत्या गोष्टी कारणीभूत असतात, याचे त्याला ज्ञान असणे अत्यंत आवश्यक आहे. त्यातूनच तो

आपली उत्पादने, विचार व सेवा योग्य प्रकारे विकू शकतो. मानवीय प्रवृत्ती सीझरच्या काळात जशी होती तशीच आजही आहे. त्यात फारसा बदल संभवत नाही. कुतूहल आणि इतरांविषयी चौकसवृत्ती ह्या गोष्टी प्रारंभापासून आजतागायत मानवी, वर्तणुकीचा आधार आहेत. त्यात ग्राहकांची शक्ती वाढत आहे हे प्रत्येक जाहिरातदाराने कायम लक्षात ठेवले पाहिजे.''

जाहिरातीचा इतिहास

१) इ.पू. काळ ३०००	पहिली लिखित जाहिरात - 'पळून जाणाऱ्या गुलामास पकडणाऱ्याला सुवर्णमुद्रांचे बक्षीस
२) इ.पू. ५००	पॉपेच्या भिंतीवर राजकीय व व्यापारविषयक जाहिरात.
३) इ. पू. पहिले शतक	ग्रीक इमारतींवर जाहिराती व भित्तिपत्रके
४) १४५५	बायबलचे प्रकाशन
५) १४७२	चर्चच्या दारांवर जाहिरात
६) १६५०	पहिले वृत्तपत्र प्रकाशित पहिली जाहिरात - पळून गेलेल्या घोड्यांचा शोध लावणाऱ्यास बक्षीस
७) १६६२	लंडन गॅझेटमध्ये जाहिरात पुरवणी प्रकाशित.
८) १७०४	बोस्टन न्यूजलेटरमध्ये पहिली जाहिरात प्रकाशित
९) १७२९	व्हाइट स्पेसचा जाहिरातीसाठी बेंजामिन फ्रँकलीनद्वारे उपयोग
१०) १८४१	जाहिरात व वृत्तपत्र प्रतिनिधींची संकल्पना प्रारंभ
११) १८८८	'प्रिंटर्स-इंक' हे जाहिरातविषयक पहिले मासिक प्रकाशित
१२) १९००	मानसशास्त्रीय तंत्राचा जाहिरातीमध्ये वापर जाहिरातविषयक अभ्यासक्रम सुरू
१३) १९११	जाहिरात विषयक आचारसंहिता प्रथमच तयार
१४) १९२०	Advertising is Salesmanship in Print ही परिभाषा श्री. लास्कर यांनी सादर केली
१५) १९२२	रेडिओचे जाहिरातीसाठी प्रसारण सुरू
१६) १९३२	असत्य जाहिरातविषयक कायदा पारित
१७) १९४६	टी.व्ही.वर जाहिरातयुगास प्रारंभ

१८)	१९५०	राजकीय हेतूसाठी जाहिरातीचा वापर
१९)	१९६०	नवीन मानसशास्त्रीय तंत्राचा जाहिरातीमध्ये वापर
२०)	१९७२	पोझिशनिंगची कल्पना जॅक व ट्राउट यांनी मांडली
२१)	१९७३	डिमार्केटिंग संकल्पनेचा प्रारंभ
२२)	१९८२	कंम्पॅरेटीव्ह ॲडचा जन्म
२३)	२०००	इंटरनेटचा जाहिरातीसाठी वापर.

छापील भावनांची निर्मिती : वृत्तपत्रीय जाहिरात

इतिहासातील सर्वांत खळबळजनक बदल पंधराव्या शतकात घडून आणला. मानवीय भावनांची विविधांगी विचारशैली काळ्या-पांढऱ्या रंगांत व्यक्त करण्याच्या छपाईयंत्राचा शोध लावला. त्या छोट्याशा यंत्रामुळे बोलणारे आता स्तब्ध झालेत आणि विचार करणारे मंत्रमुग्ध, तत्त्वज्ञान, विचार आणि मतामतांच्या गलबल्यात एक नवीनच खळबळ माजली. वैदू, धर्मोपदेशक, पुजारी, राजे, सरदार, सरकार आणि व्यापारी यांना हे तंत्र म्हणजे ईश्वरी चमत्कार वाटले. दस्तुरखुद्द परमेश्वराने पाठविलेला तो प्रसादच वाटला. कारण आता चामड्याच्या पट्ट्यासारखी सतत जीभ चालवून चार चौघांपुढे, चौकात ठराविक वेळी आपली अखंड बडबड करून विचार, हुकूमनामे, कल्पना व उत्पादनांची विक्री करावयाची नव्हती, तर प्रत्येकाला निवांतपणे वाचता येईल आणि आपला संदेश अमलात आणता येईल असे नवे प्रचारमाध्यमच जन्माला आले होते.

जाहिरातीची कला भारतीयांना हजारो वर्षांपासून परिचित आहे. ग्राहकांना मोहित करणाऱ्या आणि आपली उत्पादने त्यांनी खरेदी करावीत यासाठी विविध संदेशांचे प्रसारण करण्याची, त्यासाठी योग्य शिलालेख लिहिण्याची पद्धत प्राचीन भारतात प्रचलित होती. कुमारगुप्ताच्या काळात सूर्यमंदिरामधील एक शिलालेख याचे योग्य उदाहरण आहे.

या शिलालेखातील मजकूर पुढीलप्रमाणे आहे :

यौवनाने शरीर भरभरून आले आहे, अंगकांती प्रणयभावनेने मोहरून आली आहे, ओठ तांबुलाने लाल झाले आहेत. वेणी मोहक पुष्पांनी गुंफलेली आहे असे असतानादेखील सुंदर स्त्री आपल्या प्रियकराकडे आम्ही तयार केलेली रेशमी वस्त्रे परिधान केल्याशिवाय जात नाही. नाहीतर तिचा प्रिय तिला स्वीकार करणार नाही.

छपाईयंत्राची महती चाणाक्ष व्यापारीवर्गाने ओळखली नसती तरच नवलाचे झाले असते. विल्यम कॅक्टसन यांनी पहिले हँडबिल छापले. ते होते ईस्टरच्या दिवशी पुजारी व धर्मोपदेशकांनी कोणते नियम आचरणात आणावेत याबाबत. प्रत्येक चर्चच्या दारावर ते हण्डबिल लावण्यात आले आणि त्याचबरोबर छापील 'माहितीचे प्रचार-तंत्र' दारोदार भटकू लागले. हातोहात फिरू लागले. परंतु पहिली व्यापारी जाहिरात करण्याचा मान मात्र जर्मन व्यापारांना जातो. १५२५ मध्ये एका अद्‌भुत आणि सर्व रोगांवर गुणकारी असणाऱ्या औषधाची जाहिरात झळकली. मानवी मनाचा कमकुवत दुवा, त्याची अगतिकता आणि वेदना व दुःख यापासून मुक्ती मिळविण्याची धडपड याचा नेमका फायदा उचलण्याची वृत्ती त्याही काळात होती याचा हा पहिला छापील पुरावाच आहे. आणि मग हँडबिल व पॅम्फ्लिट यांची मोठीच वावटळ उडाली. त्या व्यापारी धुराळ्यात अनेक उत्पादने व सेवा याचा मोठा फापटपसारा सर्वत्र पसरला.

वर्तमानपत्राची आणि जाहिरातीची मैत्री केव्हा जडली हे नेमके सांगता येणार नाही. 'सैनिक पोटावर आणि वृत्तपत्रे जाहिरातीवर चालतात' हा सुविचार आधुनिक असेल; पण त्याच्या कितीतरी अगोदर हा 'आदर्श व्यवहार' आहे, ही बाब संपादक मंडळींना कळलेली होती. १६२२ मध्ये 'दि वीकली न्यूज ऑफ् लंडन' हे वृत्तपत्र प्रथमच इंग्लंडमध्ये प्रकाशित झाले आणि १६२५ पासून 'जाहिरातसुराचा' नित्य उपद्रव वृत्तपत्रातून सुरू झाला. 'सकाळचा चहा, पेपर आणि जाहिरात व इतर' ही सवय कदाचित पाचशे वर्षे तरी जुनी असावी असे मानण्यास बराच वाव आहे. त्या काळात जाहिरातदारांना स्विक्सि हे लॅटीन नाव होते. कारण धर्मोपदेशक आणि नोकरी मागणारे अर्जदार आपण उपलब्ध आहोत व सेवा देण्यास तयार आहोत हे जनतेला कळावे यासाठी आपले नाव व पात्रता या विषयीची माहिती वृत्तपत्रातून देत. (त्यासाठी 'सिक्वीस म्हणजेच जर कोणी इच्छुक असेल तर ह्या अर्थाचा लॅटीन शब्द वापरला जात असे.) आज जरी पाद्रीबुवा अशी जाहिरात देत नसले तरी इतर सर्व सेवा देणारे व माल विकणारे लोक मात्र अजूनही 'सिक्वीस' या शब्दाचा वापर करतात आणि आपण उपलब्ध आहोत हे ग्राहकांना कळवितात. कारण विकणारे आणि विकत घेणारे यांची भाऊगर्दी बाजारपेठेत वाढतच आहे. जाहिरातीचे हे प्रमाण सातत्याने विस्तारत आहे. 'लंडन टाइम्स'चे पहिले पान कितीतरी वर्षे केवळ 'क्लासिफाइड अ‍ॅड्स' नेच पूर्ण व्यापलेले असे. अमेरिकेत पहिली वृत्तपत्रीय जाहिरात १७०४ मध्ये बोस्टन न्यूजलेटरमध्ये आली - ती एका चोरास पकडून देणाऱ्यास इनाम देण्याबाबत' (येथेदेखील अमेरिकेचा वेगळेपणा लक्षात येण्यासारखाच आहे). भारतातील पहिले वृत्तपत्र बेंगॉल गॅझेट २९ जानेवारी १७८० रोजी प्रकाशित झाले. आणि त्यात पहिली जाहिरात ७ मार्च, १७८४ रोजी प्रकाशित झाली,

"नवऱ्याच्या शोधात इंग्लंडहून दोन मडमा आल्या आहेत." (अजूनही ही वाट त्याच रस्त्याने जात आहे) आणि त्याच जहाजातून भरपूर माल आला आहे हे सांगणारी ही जाहिरात आहे.

जाहिरातीचे महत्त्व वाढल्याबरोबर इंग्लंडातील 'व्यापारीवृत्तीच्या' शासनाने तात्काळ जाहिरातीवर एक पेनी कर वृत्तपत्रे व मासिकांवर आकारणे सुरू केले. त्यातून इंग्रज सरकारची तिजोरी भरू लागली; पण जाहिरातीचे प्रमाण मात्र काही कमी झाले नाही. अखेर १८५३ मध्ये उदारमतवादी आणि माहितीवादी सरकारने जाहिरातीवरील सदर कर रद्द केला. चमचमीत, नवीन आणि रंजक मजकूर वाचण्याची सवय असणारा वाचकवर्ग जाहिरातदारांवर फिदा होता; आणि सर्जकतेचे लेणे लाभलेला जाहिरातदार नवीन काहीतरी तयार करण्यावर, लिहिण्यावर भर देतच होते.

जमाना औद्योगिक क्रांतीचा आणि प्रसारमाध्यमांचा

१८४६ मध्ये 'रिचर्ड हो' याने रोटरी प्रिंटिंगच्या तंत्रास जन्माला घातले आणि मुद्रण व्यवसायाने बाळसे धरले. वृत्तपत्रांची, मासिकांची संख्या वाढली. पाने वाढली आणि वाचनीय तसेच रंजक मजकूर व जाहिरातींची संख्यासुद्धा वाढली. प्रकाशनाचा दर्जा आणि गती वाढविण्यासाठी मात्र १८७१ साल उजाडावे लागले, कारण त्याबरोबरच मोठी, चांगली आणि जास्त पृष्ठसंख्येची वृत्तपत्रे छापली जाऊ लागली. १८३० पर्यंत चलनात असणारी 'पेनी वृत्तपत्रे' त्यानंतर (अमेरिकेत) दिसेनाशी झाली.

वेबपद्धतीने झपाट्याने व मोठ्या आकाराची वृत्तपत्रे, मासिके, आता सर्वत्र दिसू लागलीत. जाहिरातीचे व जाहिरातीसाठी दिल्या जाणाऱ्या पृष्ठसंख्येचे प्रमाणदेखील वाढले. 'हॉर्पर' या त्या काळातील प्रसिद्ध मासिकात ७५ पृष्ठे जाहिरातीला दिलेली असत, तर कॉस्मोपॉलिटनमध्ये १०३ पाने आणि मॅकक्युअरला १२० पाने केवळ जाहिरातीसाठी राखीव असत. आजही प्रसिद्ध मासिके ह्याच प्रमाणात जाहिराती छापतात. 'रीडर्स डायजेस्ट'मध्ये ७५ ते ९० पाने, 'लेडीज होम जर्नल'मध्ये १२५ पाने केवळ जाहिरातीसाठीच असतात.(भलेही मग एकूण पृष्ठसंख्या २०० च्या आसपासच असे.)

भारतात १८३० मध्ये ३३ इंग्रजी दैनिके व मासिके होती. १८५५ मध्ये ही संख्या १५५ झाली. त्यांपैकी ९९ मासिके तर केवळ पं. बंगालमध्येच होती. वृत्तपत्रांचा प्रसार विविध प्रकारे प्रभावकारी ठरला. जाहिरातीचे युगच भारतात अवतरले. मुंबईच्या 'टाइम्स ऑफ् इंडिया' आणि कोलकाताच्या 'दि स्टेट्समन' या वृत्तपत्रांनी विक्रेते व उत्पादक यांना जाहिरात तयार करून देण्यासाठी साहाय्य करणे सुरू केले. जाहिरातीचा नमुना, मसुदा आणि रचना याबाबतची सेवा देणारी ही वृत्तपत्रे विक्रेत्यांना पर्वणीच वाटली यात नवल ते काय?

मोहात पाडणाऱ्या आणि मानसिकरीत्या दबाव निर्माण करणाऱ्या जाहिराती नवीन नाहीत. 'आरोग्याची किल्ली' असणारी खुर्ची

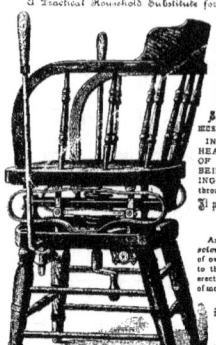

The Health Jolting Chair
COPYRIGHT.
The most important Health Mechanism ever produced
A Practical Household Substitute for the Saddle-Horse.

It affords a PERFECT exercise to the ESSENTIALLY IMPORTANT NUTRITIVE ORGANS OF THE BODY in the most DIRECT, CONVENIENT, COMFORTABLE, and INEXPENSIVE manner.

Suitable for all ages and for most physical conditions.

INDISPENSABLE TO THE HEALTH AND HAPPINESS OF MILLIONS OF HUMAN BEINGS WHO MAY BE LIVING SEDENTARY LIVES through choice or necessity.

It preserves Health, cures Disease, and prolongs Life.

An ingenious, rational, scientific, mechanical means of overcoming those impediments to the taking of proper exercise, erected by the artificial methods of modern society.

For certain classes of invalids a veritable Treasure-Trove.

A CONSERVATOR of NERVOUS ENERGY. No dwelling-house is completely furnished without The Health Jolting Chair.

औद्योगिक क्रांती जरी १८ व्या शतकात झाली असली तरी तिच्या रणधुमाळीचा पडसाद बाजारपेठेत ऐकू येण्यासाठी जाहिरातदाराचे आगमन होणे आवश्यक होते. हे जाहिरातदार म्हणजे या क्रांतीच्या स्वागतगीताचे रचनाकार होते, तिच्या वैभवाची, पराक्रमाची कौतुक गीते आणि पोवाडे गाणारे चारण आणि भाट होते.

औद्योगिक क्रांतीने समाजाच्या रणांगणात कारखाने, उपकरणे व यंत्रांची मोठी जमवाजमव केली; परंतु त्या क्रांतिवृक्षाची गोड फळे नवी उत्पादने, नव्या सेवा व सुविधा ग्राहकराजाच्या दरबारात जयघोष करीत सादर करण्याचे कार्य मात्र जाहिरातदारांनी वृत्तपत्रांनी व प्रसारमाध्यमांनीच केले. डेट्राइट येथील मोटारकार लंडनमध्ये विक्रीला आली, पण त्याच्या अगोदर त्या विषयी कुतूहल निर्माण करणारी, खरेदीची, स्वामित्व मिळवण्याची भावना जाहिरातदारांनीच कितीतरी अगोदर निर्माण केली होती हे लक्षात घ्यायला हवे.

तो काळच जाहिरातीच्या उदयाचा होता. 'आधुनिक' नावाचा शब्द त्या काळात तसा नवाच होता. नवी उत्पादने, नवी साधने, नवे विचार आणि तत्त्वज्ञान या सर्वांच्या उदयाचा तो काळ होता. त्या काळाने जीवनाचे तत्त्वज्ञान बदलले, जगण्याची शैली बदलली आणि जिवंत असण्याचे संदर्भदेखील बदलले. पारमार्थिक आणि ईश्वरी तत्त्वज्ञानाच्या भजनी लागलेला युरोप, बायबल, पाद्री आणि चर्च या त्रिकोणातून बाहेर पडत होता. राजे आणि खानदानी रक्त, उमराव व जहागिरीची निष्ठा, यांबाबत संदेह निर्माण झाला होता. जग हे चपटे, सपाट, अफाट विस्तीर्ण मैदान नाही, पृथ्वी गोल आहे व ती सूर्यापेक्षा मोठी तर नाहीच; पण विश्वाचा केंद्रबिंदूसुद्धा नाही हेदेखील कळून चुकले

(की बरोबर?). 'स्वातंत्र्य, समता व बंधुभाव' ह्या विचारांनी लोकशाही नावाची लोकांकरिता लोकांनी चालविलेली शासनप्रणाली रूढ होत होती. त्याहीपेक्षा महत्त्वाचे, नागरिक हाच देशाचा केंद्रबिंदू आहे. प्रत्येक मानव समाजाचा महत्त्वाचा घटक आहे, हे मानणारा वर्ग आता बहुमतात होता. यातूनच नवा समाज घडत होता, स्वतःची, स्वतःच्या अस्तित्वाची, व्यक्तिमत्त्वाची आणि व्यक्तिस्वातंत्र्याची जोपासना करणारा वर्ग तयार होत होता. स्वतःचे 'मी'पण जोपासणारा, आपल्या गरजा, आवश्यकता आणि स्वातंत्र्य यांना प्राधान्य देणारा, स्वतंत्रवृत्तीचा उपभोगवादी स्वयंप्रज्ञ नागरिक निर्माण झाला होता. त्याची ही स्वतंत्रवृत्ती, वेगळी प्रतिमा, त्याचा अहंभाव आणि व्यक्तिमत्त्व जोपासणारे जाहिरातीचे तंत्रही याच काळात विकसित झाले होते.

प्रत्येक व्यक्ती एक स्वतंत्र ग्राहक आहे, त्याची मागणी म्हणजे एक वेगळी बाजारपेठ आहे हे जाहिरातदार व विक्रेते यांनी जाणले. आणि मग या ग्राहकांची मनोभूमिका, त्यांची अहंता आणि मानसिकता जाणून घेणारी जाहिरात हेच विक्रेत्याचे वज्रास्त्र ठरले.

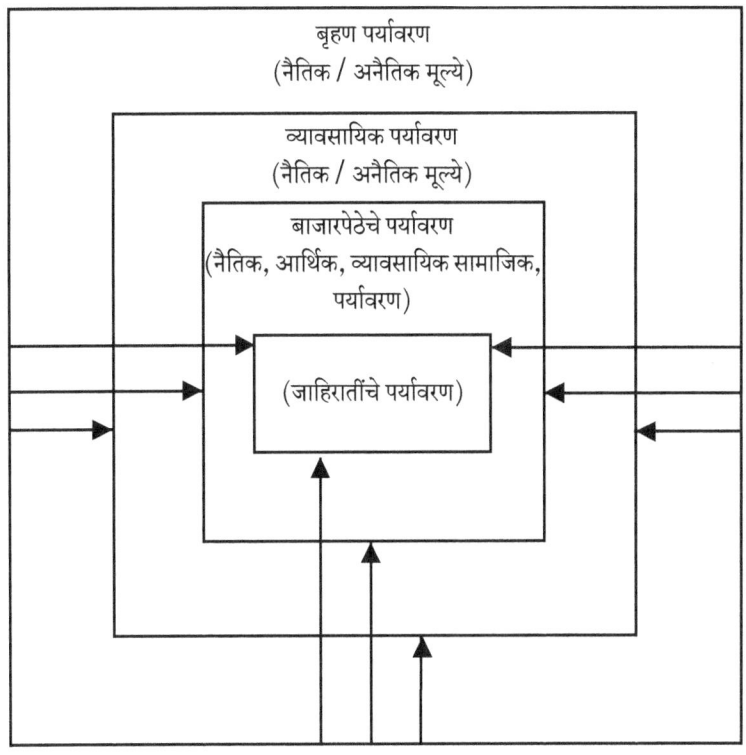

याच दरम्यान एक मोठा बदल घडून येत होता. हा बदल वरवर पाहता दिसणारा नव्हता पण त्याचा परिणाम सर्वदूर होत होता. त्याने जगाच्या सर्वच भागांवर वर्चस्व गाजविणे सुरू केले होते. १८६० ते १९०० या काळात या बदलाचे परिणाम स्पष्टपणे जाणवू लागले होते. १८६० मध्ये अमेरिकेत गृहयुद्ध झाले. समान नागरिकत्वाची भावना जगभर रूढ होण्यास मोठीच मदत झाली.

व्यक्तिस्वातंत्र्य, व्यक्तिमहात्म्य आणि मतदानाचा हक्क या बाबत नवीन मतप्रणाली रूढ होऊ लागली. लोकशाही शासनप्रणाली राजेशाहीला आव्हान देऊ लागली. मोठ्या प्रमाणावर उत्पादने तयार करण्यासाठी उपयुक्त यांत्रिक प्रणाली अस्तित्वात आली. यंत्र आणि इंधनशक्तीचा वापर वाढला. परिणामतः, ग्रामोद्योगाचा पाडाव झाला. मोठ्या प्रमाणावरील उत्पादननिर्मिती हे जगाचे नित्य वास्तव झाले.

वाहतूक संदेशवहनाच्या क्षेत्रात मूलभूत बदल झाले. नवीन प्रकारची वाहतूक यंत्रणा अस्तित्वात आली. जनावरांच्या मदतीने चालणारी वाहने मागे पडून रेल्वे आणि मोटारगाडीचे स्वयंचलित वाहनाचे जग अस्तित्वात आले. टेलिफोन आणि तारायंत्रांनी संदेशवहनाचे स्वरूपच बदलले. जग गतिमान झाले. मानवी मने जवळ आली. लोक मनाने व शरीराने जवळ आले. त्यांच्या वागण्यात, विचार करण्यात बदल होऊ लागला, कारण परस्परांशी संपर्क सहज आणि नियमित झाला.

याच काळात चित्रपट, फोटोग्राफी आणि ग्रामोफोन यांचाही शोध लागला. मनोरंजन करणाऱ्या साहित्याचा सुकाळ झाला. मन प्रसन्न करणारी, विविध कल्पना आणि मनोरम विचार सांगणारी हजारो तंत्रे आता जगभर उपलब्ध झाली.

नवे विचार आणि विज्ञान यांचा संगम होऊन नवे साहित्य व नवी संस्कृती उदयास आली. नव्या कल्पनांना आधार धरून नव्या कादंबऱ्या, चित्रे, चित्रपट व संगीत आणि नाट्य या क्षेत्रांत विविध प्रयोग होऊ लागले. मानवी प्रतिभेला पूर्ण बहर आला.

इतर देशांशी व्यापार वाढला. व्यापाराचे महत्त्व वाढले. छोट्या आकुंचित जगात कल्पना व उत्पादनांची विक्री करण्यासाठी नवी तंत्रे व साधने उपलब्ध झाली. मोठ्या प्रमाणावरील उत्पादन ही वस्तुस्थिती होती. त्यासाठी मोठ्या बाजारपेठेचा शोध घेणे ही अपरिहार्यता झाली. त्यातूनच एका नव्या अजस्र कल्पनेचा जन्म झाला. व्यापारी महत्त्वाकांक्षेचा असाधारण आणि विशालतम प्रकार उदयास आला. 'बहुराष्ट्रीय कंपन्या' या नावाचे व्यावसायिक संघटन तयार झाले. जाहिरातदारांना तर हे जग म्हणजे एक नवीन पर्वणीच वाटली. 'जग ही एक मोठी बाजारपेठ आहे आणि जाहिरात म्हणजे छापलेली विक्रयकला' हे जे.वाल्टर थॉम्पसनचे वाक्य या संदर्भातील आहे.

जाहिरातदाराच्या दृष्टीने या काळात जे महत्त्वाचे विविध बदल घडले त्यांचा उल्लेख येथे करणे उचित होईल :

१. अनेक विक्रीयोग्य नवीन सेवा व उत्पादने यांचा मोठ्या प्रमाणावर प्रचार व प्रसार होऊ लागला होता.

२. उत्पादनाची मात्रा वाढली होती. उत्पादक व विक्रेता व्यक्तिशः सर्वत्र जाऊन आपल्या मालाची विक्री करू शकत नव्हता. भौगोलिक अंतर कमी झाल्याने बाजारपेठेचा विस्तार वाढला होता. बाजारपेठेने, गाव व शहराच्या मर्यादा ओलांडून संपूर्ण देश आपल्या कवेत घेतला होता. जग हीच मोठी बाजारपेठ झाली होती.

३. वितरणाची पद्धती पूर्णपणे बदलली होती. जलद गतीने व मोठ्या प्रमाणावर मालाची ने-आण करण्याची विविध माध्यमे उपलब्ध झाली होती.

४. प्रसारमाध्यमांचा प्रचार सातत्याने होत होता. परिणामतः, जगाच्या एका कोपऱ्यातील बातमी दुसऱ्या कोपऱ्यात पोहोचेपर्यंत शिळी होत असे. शिक्षणाचा प्रसार झाला. वाचकवर्ग वाढला. विवेचक वृत्ती व विवेकवादाचा प्रसार झाला. या सर्वांचा एकत्रित परिणाम म्हणजे, जाहिरात हे प्रसारमाध्यमांच्या आकर्षणाचे केंद्र ठरले. जे काही नवीन आहे, करण्यासारखे, पाहण्यासारखे आणि उपभोग योग्य आहे त्यांची जाहिरात करणे नैसर्गिक झाले.

१९४१ मध्ये अमेरिकेत बॉइड पामर या गृहस्थाने प्रथमच वृत्तपत्रीय जाहिरातीसाठी ॲड्व्हटायझिंग एजन्सी स्थापन केली. व्यापारी आणि विक्रेते या सर्वांनी जाहिरातीचे महत्त्व मान्य केले आणि 'It Pays to Advertise' या सूत्रावर सर्वजण विश्वास ठेवू लागले. याच काळात ‘छाप’ (brands) आणि ‘पणन’ चिन्हे यांचा मोठ्या प्रमाणावर वापर होऊ लागला. व्यापारी प्रतिमेची ही चिन्हे खरी ओळख झालीत. व्यावसायाची प्रतिष्ठा, उत्पादनाची गुणवत्ता यांचा समानार्थी शब्द म्हणून ती चिन्हे ओळखली जाऊ लागली. जाहिरातदारांना ही चिन्हे म्हणजे जाहिरात करण्यासाठी प्रभावीपणे वापरता येईल असे शस्त्र झाले.

१९०५ मध्ये अर्नेस्ट ॲटकिन्स यांनी अमेरिकेसाठी पहिली राष्ट्रीय स्तरावरील जाहिरात योजना तयार केली. संपूर्ण अमेरिकेला जाहिराततंत्राने झपाटून टाकण्याची ही महत्त्वाकांक्षी योजना जिलेट या ब्लेड्ससाठी तयार करण्यात आली होती. परंतु त्याअगोदरच १८६९ मध्ये ‘वाल्टर एयर’ यांनी स्वतःची जाहिरात संस्था काढली होती. ही संस्था आपल्या ग्राहकांसाठी (उत्पादक व विक्रेते) विविध प्रकारच्या जाहिराती कमिशन घेऊन तयार करून देणारी पहिलीच संस्था होती. कोणते प्रचारमाध्यम वापरावे,

आणि जाहिरातीचे कोणते तंत्र ठराविक वेळी उपयुक्त राहील यांवर सल्ला देणारे हे पहिलेच केंद्र होते. येथूनच सुरू झाला एक विलक्षण प्रवास, नवीन व्यवसायाचा, नव्या मानसशास्त्रीय युद्धाचा. ग्राहक आणि विक्रेते बाजारपेठ नावाच्या रणांगणात परस्परविरोधी उभे ठाकले. ह्या ग्राहकांना जिंकण्यासाठी विविध मायावी तंत्रांचा आणि शस्त्रांचा वापर करणे हे बाजारपेठेतील विक्रेते व जाहिरातदारांना आवश्यक झाले; कारण Everything is fair in love and war यावर जाहिरातदारांचा सर्वाधिक विश्वास आहे.

१८९८ मध्ये, क्लॉड हॉपकिन्स आणि जॉन केनेडी यांनी जाहिरातीची कल्पनाच पूर्णपणे बदलली. केवळ उत्पादनांची व सेवांची ढोबळ माहिती देणारे तंत्र हा जाहिरातीविषयीचा संकुचित दृष्टिकोन त्यांनी काळाच्या पडद्याआड नेला. आता जाहिरातीमध्ये नवीन कल्पना, ग्राहकांना मोहविणाऱ्या चित्रांचा आणि मानसशास्त्रीय तंत्राचा समावेश होऊ लागला. कारण जाहिरात हे प्रभावित करण्याचे तंत्र आहे हा विचार रूढ झाला होता. औद्योगिक प्रगतीचा अश्वमेध सुरू झाला होता. तिचा वारू कोणीच अडविणारे नव्हते.

त्या काळात सर्वसामान्यांची रोजगारक्षमता वाढली. नवे व्यवसाय मोठ्या प्रमाणावर निर्माण झाले. खरेदीक्षमता वाढली आणि उत्पन्नाची पातळीसुद्धा. साक्षरतेचे प्रमाण आणि जनसामान्यांचे एकंदर सांस्कृतिक व आर्थिक उन्नयन होऊ लागले. मानसशास्त्र, समाजशास्त्र, व्यवस्थापन आणि वाणिज्य या नव्या शास्त्राचे महत्त्व तंत्रज्ञानाच्या वाढत्या विस्ताराबरोबर वाढू लागले.

अडॉल्फ ओसच्या मते, "advertising is the final analysis should be the news. It is not news it is worthless...."

पाहता-पाहता २० वे शतक सुरू झाले आणि पूर्वी न पाहिलेले, अकल्पित जग उदयास आले. समृद्ध आणि संपन्न युरोप व अमेरिकेत दुधामधाचा जणू काही पूरच वाहत होता. उत्पादनांची, सेवांची रेलचेल होती आणि बाजारपेठा व कारखान्यांची गर्दी आता सर्वत्र मावेनाशी झाली होती. युरोप व अमेरिकेतील ह्या उत्पादनांची मागणी जगभर होती. नावीन्याचे, हौस व मजेचे जग सिनेमा, गाणे आणि वृत्तपत्रांसारख्या प्रचार-माध्यमांनी रंगविणे सुरू केले. त्या रंगसंगतीतील सर्वात गडद रंग जाहिरातीचा होता.

विक्रयवृद्धी हा समृद्धीचा भाग झाला होता. ही विक्रयवृद्धी व्हावी यासाठी जाहिरातदार आपले कसब पणाला लावून नवीन ग्राहक शोधीत होते, नव्या बाजारपेठा निर्माण करीत होते. वृत्तपत्रांचे महत्त्व वाढत होते आणि त्याचा जाहिरातींसाठी उपयोग

देखील, त्याच वेळी ध्वनिलहरींचा वापर करून एरियलवजा डोके वर करून आपला आवाज सर्वांना ऐकू जावा यासाठी एक माध्यम प्रयत्न करीत होते. रेडिओचा व्यापारी उपयोग घेण्याचा काळ यावयाचा होता.

जाहिरात हे रोजगार व अर्थव्यवस्थेला चालना देणारे एक महत्त्वाचे माध्यम आहे.

WHEN ADVERTISING DOES ITS JOB, MILLIONS OF PEOPLE KEEP THEIRS.
Good advertising doesn't just inform. It sells. It helps move product and keep businesses in business. Every time an ad arouses a consumer's interest enough to result in a purchase, it keeps a company going strong. And it helps secure the jobs of the people who work there.
Advertising. That's the way it works.

१९१४ मध्ये पहिले महायुद्ध सुरू झाले आणि जाहिराततंत्राची उपयुक्तता शासन व समाजाला चटकन लक्षात आली. आता हे युद्ध रणांगणावर आणि नागरिकांच्या मनांमध्ये एकाच वेळी सुरू झाले. 'युद्धगासाठी मदत करा', 'अफवांवर विश्वास ठेवू नका'. 'सामाजिक सुरक्षा' आणि देशाच्या रक्षणासाठी 'स्वावलंबन व स्वदेशप्रेम' हे संदेश देणाऱ्या कल्पक जाहिराती ह्या या काळातील नवीन पण प्रभावी घटना होत्या. पुढे ह्याच भावनात्मकतेचा उपयोग जाहिरातदारांनी इतरही विषयांसाठी करावयाचे ठरविले त्यात नवल ते काय?

❑❑

२

भारतात जाहिराततंत्राचा विकास

You can tell the ideals of a nation by its advertisements -

Norman Doglas

भारतात जाहिराततंत्राचा विकास वृत्तपत्राच्या चलनापासून सुरू झाला. त्याचा विस्तारदेखील सातत्याने वाढतच होता. परंतु विकासाचा हा क्रम मर्यादित स्वरूपाचा होता; कारण भारतात औद्योगिक प्रगती, साक्षरता, वृत्तपत्राचा प्रसार फार वेगाने होत नव्हता. औद्योगिक प्रगती हाच जाहिराततंत्राचा खरा आधार होता. आणि हा पाया मजबूत नसल्याने जाहिरात, जाहिरातदार आणि प्रसारमाध्यमे यांचा फारसा पगडा भारतीय जनमानसावर झाला नाही.

२० व्या शतकातील पहिले दशक स्वदेशीचे दशक होते. भारतीय उद्योगाचे दशक होते. औद्योगिक विकासाची काही 'प्रगत बेटे' या कृषिप्रधान समाजाच्या समुद्रात दिसू लागली. १९०७ साली पहिली भारतीय जाहिरात संस्था मुंबईत स्थापन झाली. इंडिया ॲड्व्हटायझिंग एजन्सी आणि त्याच्या पाठोपाठ दुसरी संस्था कोलकाता येथे १९०९ मध्ये. परंतु ह्या दोन्ही संस्था लवकरच ह्या मायावी जगातील आपले अस्तित्व सोडून गेल्या. १९१५ मध्ये स्थापन झालेली 'बी. दत्ताराम' ही जाहिरात संस्था मात्र आजही कार्यरत आहे. आपले अस्तित्व कायम टिकवून आहे.भारतातील ती सर्वात जुनी जाहिरात संस्था आहे.

पहिले महायुद्ध ही जरी जगातील विशेषतः चालू शतकातील एक दुःखद घटना होती. तरी ही भारतीय जाहिरातदार आणि उद्योजक यांना मात्र पर्वणीच भासली. जगभर वाढत्या मागणीची पूर्तता करण्यासाठी नवे कारखाने, नवे उद्योग भारतात सुरू झाले,

विदेशी आणि भारतीय सहकार्यावर आधारित पहिली जाहिरात संस्था कानपूर येथे स्थापन झाली 'अलायन्स ॲड एजन्सी लिमिटेड'. एल. ए. स्टोनार्क या चित्रकाराच्या ह्या जाहिरात संस्थेत सिंहाचा वाटा होता.

१९२५-३० हा भारतीय जाहिरात व्यवसायाच्या निर्मितीचा काळ मानला पाहिजे. १९२६ मध्ये पब्लिसिटी सोसायटी ऑफ् इंडियाची स्थापना झाली. आय. एस. टेलर यांनी ही संस्था स्थापन केली. भारतीय उद्योजक व विक्रेते यांच्या मनांत जाहिरातीबाबत सुधारणावादी दृष्टिकोन निर्माण करण्यात ह्या सोसायटीची महत्त्वाची भूमिका होती.

१९२८ मध्ये दोन प्रमुख विदेशी जाहिरात संस्थांनी भारतात आपले कार्य सुरू केले. वॉल्टर जे. थॉमसन आणि डी. जे. किमर - ह्यापैकी डी. जे. किमर ह्या संस्थेने आपले कार्यक्षेत्र कोलकाता येथे केंद्रित केले, तर जे. वॉल्टरने मुंबई येथे. आज जे. वॉल्टर थॉमसनला 'थॉमसन हिंदुस्थान' या नावाने ओळखले जाते. ह्या कंपन्यांनी आपले कुशल कलाकार विदेशांतून आणले. परिणामी, भारतीय जाहिरातींचा दर्जा व स्वरूप ह्यात अनेक गुणात्मक बदल झाले. ह्या काळात बहुसंख्य उद्योग विदेशी उद्योगपतींच्या ताब्यात होते, परिणामतः विदेशी जाहिरात कंपन्यांचे वर्चस्व वाढले. ह्याच काळात काही स्वदेशी भारतीय जाहिरात संस्थादेखील स्थापन झाल्या आणि जाहिरात व्यवसायाला पूर्ण स्थैर्य लाभले. असे असूनही संपूर्ण जाहिरात व्यवसाय चार प्रमुख भारतीय शहरांत आणि इंग्रजी वृत्तपत्राच्या कार्यक्षेत्राच्या प्रभावाखाली होता हेदेखील लक्षात घेतले पाहिजे. भारतीय वाटणाऱ्या या व्यवसायाला भारतीय भाषा, वातावरण आणि सामान्य ग्रामीण अर्धशहरी भारतीय ग्राहकाचे आकर्षण नव्हते व त्यावर त्याचा प्रभावसुद्धा नव्हता.

१९३९ साली IEMS ची स्थापना झाली. वृत्तपत्रमालकांचे हितरक्षण व संवर्धन करण्यासाठी ही संस्था स्थापना करण्यात आली होती. ह्या संस्थेमुळे वृत्तपत्रांच्या कार्यात आणि कार्यपद्धतींत बरेच अनुकूल बदल घडून आले. वृत्तपत्राची जाहिरात व वृत्तपत्र-विषयक धोरणे निश्चित व अधिक विवेकपूर्ण होऊ लागलीत.

१९४५ साली AAAI ची स्थापना झाली आणि जाहिरातदारांची ही संघटना संघटित कार्य करू लागली. जाहिरातींचे दर, त्यावरील कमिशन आणि इतर घटकां-बाबीचे एक सूत्रबद्ध धोरण तयार झाले. १९५२ साली ISA ची स्थापना झाली. त्याच काळात DAVP ची सुद्धा स्थापना झाली. वरील सर्वच घडामोडी, जाहिरातदारांच्या

दृष्टीने अत्यंत महत्त्वाच्या होत्या. जाहिरातयुगाला भारतात प्रतिष्ठा, मानसन्मान आणि एक व्यवसाय म्हणून महत्त्व प्राप्त करून देणाऱ्या होत्या.

भारतीय जाहिरातीचा इतिहास

कालखंड	विवरण
१) १९०५	पहिली जाहिरात कंपनी बी. दत्ताराम स्थापन
	पहिली जाहिरात वेस्ट एंड वीच कंपनी
२) १९२०	ट्रामवर जाहिरातीचा प्रारंभ
३) १९२६	जेथॉमसन कंपनी स्थापन
४) १९३०	रेडिओचा प्रारंभ
५) १९४१	लिला चिटणीस पहिली जाहिरात मॉडेल
	– लक्स सोप
६) १९५०	अनेक जाहिरात कंपनीची स्थापना
७) १९६०	बर्मा होल्ची केरोसीन व्हॅनवरील जाहिरात मोहीम
	जाहिराततंत्राचा प्रसार
८) १९५१	पहिली सिनेमा जाहिरात व्हिक्स वेपोरब
९) १९५४	कलकत्ता ॲड क्लबची स्थापना
१०) १९५६	क्लेरी ओन जाहिरात कंपनी स्थापन
	प्रेस सिंडिकेटची स्थापना
११) १९५७	विविधभारती प्रसारण सुरू
१२) १९५७	सुप्रसिद्ध 'मर्फी बॉय' जाहीर मोहीम प्रारंभ
१३) १९६०	पहिले जाहिरातदार संमेलन
१४) १९६३	'मेड फॉर इच अदर' – विल्सची जाहिरात मोहीम
१५) १९६५	मार्केट रेटिंग इंडायसेसची सुरुवात
१६) १९६५	नॅशनल रिडरशिप सर्व्हेचा प्रारंभ
१७) १९७०	प्रसारमाध्यमाची नवी लाट
१८) १९७८	पहिली टी. व्ही. वरील जाहिरात
१९) १९८०	सार्वजनिक उपक्रमांची जाहिरात मोहीम सुरू
२०) १९८२	दूरदर्शनचा प्रारंभ
२१) १९८४	'हमलोग'चा प्रारंभ

२२)	१९८८	बुनियादचा प्रारंभ
२३)	१९८७	प्रादेशिक दूरदर्शन सेवा प्रारंभ
२४)	१९८७	ASCI ची स्थापना
२५)	१९८८	जाहिरातविषयक मार्गदर्शक सूचनांचा व आचार-संहिताची पहिली मार्गदशिका चित्रफित
२६)	१९९१	टी. व्ही. चे प्रसारण सुरू.
२७)	१९९२	एफ. एम. रेडिओचा प्रारंभ
२८)	१९९७	प्रसारभारतीची स्थापना

भारताला १९४७ साली स्वातंत्र्य मिळाले. सर्वच क्षेत्रांत मुक्ततेचे व सुधारणेचे वारे वाहू लागले. भारतीय विचार आणि भारतीय पद्धती सर्वत्र रूढ होऊ लागली. भारत सरकारच्या विविध योजना, कार्यक्रम यांची माहिती सामान्य जनांना मिळावी यासाठी DAVP ची स्थापना करण्यात यावी असा अहवाल १९५२ साली सादर करण्यात आला. आणि १९५५ साली ह्याबाबत जो अहवाल सादर करण्यात आला, त्यात भारतीय शासनाचे जाहिरातविषयक धोरण काय असावे ह्याबाबत एक स्वतंत्र प्रकरण होते. हाच जाहिरातविषयक भारतातील पहिला अभ्यास होता. १९५६ साली प्रेस रजिस्ट्रार ही संस्था अस्तित्वात आली आणि जाहिरात व वृत्तपत्र विषयक एक निश्चित शास्त्रीय धोरणपण अस्तित्वात आले.

ह्या सर्व घडामोडींतून भारतात जाहिरात तंत्र व जाहिरत व्यवसाय पूर्णपणे रूढ झाला, अस्तित्वात आला आणि जाहिरात व्यवसायाचा पाया भक्कम झाला. औद्योगिक विकासाच्या वटवृक्षावर जन्माला आलेल्या जाहिरात व्यवसायाची वेल पुढे वेगाने वाढत गेली, फोफावतच गेली.

आधुनिक जाहिराततंत्राचा उदय

वृत्तपत्रीय जाहिरात हे जरी प्रसिद्धी व प्रचाराचे महत्त्वाचे माध्यम होते, तरी विसावे शतक केवळ वृत्तपत्राच्या भेंडोळीत अडकले नव्हते. त्याला तंत्रज्ञानाच्या क्षेत्रातील अनेक शोधांनी व तंत्रांनी पुढे आणले होते. तारयंत्रे, रेडिओ, चित्रपट व टेलिव्हिजन यासारख्या यंत्रांचा या शतकावर विशेषच प्रभाव झाला होता.

चित्रपट व रेडिओ ह्या दोन्ही माध्यमांचा जाहिरातमाध्यम म्हणून प्रयोग तसा उशिराच सुरू झाला; परंतु त्यांनी लवकरच आपली अत्यंत प्रभावपूर्ण छाप औद्योगिक व्यापारक्षेत्रावर कायम केली. रेडिओवरून व्यापारी संदेश प्रसारित करण्यास ब्रिटिश कालीन सरकारचा आणि त्यानंतर भारत सरकारचादेखील विरोध होता. परिणामतः 'रेडिओ सिलोन' आणि 'रेडिओ गोवा' या दोन भारताबाहेरील रेडिओ केंद्रांवरून हिंदी

चित्रपटांचे कार्यक्रम व व्यापारी जाहिराती प्रसारित होत असत.

१९६० नंतर मात्र जाहिरातविषयक भारतीय दृष्टिकोनातून अनेक बदल घडून आले. जगभर जाहिरातीचा व्यवसाय विस्तारला. ते प्रसार आणि माहितीप्रसारणाचे सर्वाधिक प्रभावी माध्यम मानले जाऊ लागले. लोकांना आपली उत्पादने, सेवा आणि वस्तू यांची विक्री करता यावी यासाठी जाहिरातदार अनेकविध नावीन्यपूर्ण तंत्रांचा वापर करू लागले. साक्षरतेचे वाढते प्रमाण, शहरीकरणाची वेगवान प्रक्रिया, व्यापार उद्योग आणि आर्थिक क्रियांचा विस्तार यामुळे जाहिराततंत्राचा उपयोग व महत्त्व वाढले.

याच दरम्यान एका महत्त्वाच्या संशोधनात असे आढळून आले की जाहिरातींमुळे ग्राहकांना ठराविक ब्रॅण्ड्स किंवा उत्पादनाप्रती निष्ठावान करता येते. त्यांच्या मनावर ठराविक उत्पादनाप्रती कायमस्वरूपी टिकणारा आदर निर्माण करता येतो. रिगली, च्युइंगम, कोकाकोला, केलॉग, कोडॅक, कॅम्पबेल या सर्व उत्पादनांची लोकप्रियता अफाट प्रमाणात वाढली.

भारतातील १० सर्वश्रेष्ठ जाहिरात मोहिमा

उत्पादन	*जाहिरातीची संकल्पना*
१) डाल्डा	ममता की कसौटी पर खडा
२) लिटिल	प्रसन्न करणारा स्नानाचा अनुभव
३) एअर इंडिया	महाराजा
४) सर्फ	बादलीभर धुलाई केवळ एका चमच्यात
५) टेरेन	इस्त्रीची कारक नसणारे कपडे
६) अमूल	अटली बटरली डेलीशिअस
७) थम्स्‌अप्‌	हॅपी डेज आर हिअर अगेन
८) मॅगी नूडल्स	बस दो मिनिट
९) ओनिडा	नेबर्स एन्टी ओन प्राइड
१०) हमारा बजाज	एका कुटुंबाची सवारी

❑❑

३

जाहिरातीची संकल्पना

Advertising is legalised lying -   *H. G. Wells*

माध्यम प्रकाशमार्गाचे

माध्यम सर्वव्यापी आहे.
वर्तमानाचे ते दीपस्तंभ आहे.
भविष्याचा उज्ज्वल मार्गदर्शक,
भूतकाळाच्या दगडावरील ती काळी रेष आहे.
बातम्या, घटना आणि अपघातांची नोंद घेणारे,
बदलांना अक्षांश–रेखांशापलीकडे नेणारे माध्यमच आहे.
ते सर्व शक्तिमान, सर्वव्यापी आहे.
माध्यम तत्त्वज्ञानाच्या निर्मितीचे साधन आहे.
विचार आणि परिवर्तनाचे साधन आहे.
सेवा, वस्तू आणि कल्पनांना साकार करणारे
ते गतिमान वाहन आहे.
माध्यमापलीकडचे अस्तित्व जाणवत नाही.
माध्यमांना जे जाणवत नाही त्याला अस्तित्व नाही.
अभिनेते, नट, पुढारी व कलाकार यांना उजळणारा
तो प्रकाशमार्ग आहे.
निरुपयोगी, कमनशिबी आणि अप्रसिद्धांना
गिळणारे ते कृष्ण विवर आहे.
माध्यम सर्व शक्तिमान आहे.
माध्यमापेक्षा तेजस्वी फक्त माध्यमच आहे.

'माझा भारत महान' हा साधा पण महत्त्वाचा संदेश सांगण्यासाठी दूरदर्शनवर लोकसंचार परिषदेने एक अप्रतिम संगीतमय कल्पना उपयोगात आणली. पंडित भीमसेन जोशी, अमजद अली खान, झाकीर हुसेन, पं. जोग, हरिप्रसाद चौरसिया या सर्वांनी एकाच रागात देशप्रेमाचा संदेश दिला आहे. त्या सर्वांचा हा 'देश राग' भारतीयांना आवडला, भावला, प्रसन्न करणारा ठरला. राष्ट्रभक्तीचे हे संगीतमय तंत्र म्हणजे जाहिरात व प्रसारमाध्यमांचा आपल्या समाजमनांवर किती प्रचंड पगडा आहे हे सांगणारे एक छोटेसे उदाहरण आहे. एका अदृश्य शक्तीचे दृश्यमान चित्र आहे.

ग्राहक हा वस्तूंचा उपभोग घेणारा बाजारपेठेचा विचारशून्य स्वामी आहे. त्याला मोहित करणारे, त्याच्या मर्जीवर आपल्या संदेशाची घट्ट पकड ठेवणारे मानसशास्त्रीय तंत्र म्हणून जाहिरातींचा उल्लेख करावयास हवा. गोबेल्स आणि त्याच्या पूर्वसुरींनी जन्माला घातलेल्या या मनावर राज्य करणाऱ्या तंत्राचा आता विशेषच प्रसार झाला आहे.

A good ad should be like a good sermon, it must not only comfort the afflicted, it must also afflict the comfortable- हे गिबनचे वाक्य समर्पक आहे.

विक्रेते, उत्पादक, मध्यस्थ, ठोक व चिल्लर दुकानदार, निर्माते, राजकीय पुढारी, नट-नट्या, अभिनेते, पत्रकार आणि प्रसार, प्रसिद्धी माध्यमांशी प्रत्यक्ष-अप्रत्यक्ष संपर्क येणाऱ्या प्रत्येक व्यक्तीला या तंत्राची प्रकर्षाने निकड भासते.

ग्राहकांना मोहित करणारी, नको ते-नको तेव्हा-नको त्या मूल्यात खरेदी करण्यासाठी प्रेरित करणारी ही मोहिनी शक्ती आहे. विक्रेता व उत्पादक यांना आकर्षित करण्यासाठी जे विविध संदेशसूत्र दृक्-श्राव्य किंवा मुद्रित माध्यमांना दिले जातात त्या सर्वांचा जाहिरातीमध्ये समावेश करता येईल. प्रत्येक संभाव्य ग्राहकापर्यंत आपण पोहोचलो पाहिजे, त्याला आपल्या उत्पादनांची, सेवांची, कल्पनांची माहिती देता यावी यासाठी जाहिराततंत्राचा वापर करण्यात येतो. या जाहिराती ग्राहकांना काय वाचावयास, पाहावयास आवडेल, त्यांच्या मनोवृत्तीवर कोणत्या आवाहनांचा, भावनांचा नेमका व अनुकूल प्रभाव होतो याचा विचार करून तयार करण्यात येतात. या संदर्भात 'मुस्तफा' या सिगारेट तयार करणाऱ्या कंपनीची जाहिरात कथा खरोखरच सांगण्यासारखी आहे. दुसऱ्या महायुद्धाच्या काळात सर्वत्र बॉम्बहल्ल्यांमुळे ब्लॅकआउटचा इशारा दिला जात असे. अशा वेळी सिगारेट ओढणेदेखील धोक्याचे ठरत असे. आपण समाजहितासाठी कार्य करीत आहोत असे सांगणाऱ्या या कंपनीने एक मोठी प्रचार मोहीम उघडली आणि घोषणा केली, **''युद्धाचा काळ, ब्लॅकआउटचा काळ. दूर राहा**

सिगारेटपासून अगदी 'मुस्तफा' सिगारेट पण ओढू नका.'' प्रचार अगदी योग्य झाला प्रभावीपण झाला.

स्टिफन ग्रेझर आणि रेवॉल्ड बेडर यांनी ग्राहकांची जाहिरातविषयक काय धारणा आहे, याचा अभ्यास करून काढलेले अनुमान लक्षात घेण्यासारखे आहेत. लोकांना जाहिरातीविषयी काय वाटते हे जाणून घेण्याचा मार्ग म्हणजे कोणत्या जाहिराती लोक पाहू / वाचू इच्छितात हे माहीत करून घेणे होय. कारण, अनेक बाबतीत लोकांचा उत्पादनविषयक विश्वास केवळ जाहिराती वाचून तयार होतो, मग त्या जाहिराती सत्यावर आधारित असोत अथवा नसोत. सारांशाने, जाहिरात हे ग्राहकांना आकर्षित करण्याचे ठराविक उत्पादने व सेवांची माहिती देणारे, त्यांना विशिष्ट उत्पादनांची / सेवांची श्रेष्ठता पटवून देणारे, त्यांना ठराविकच उत्पादन घेण्याचा आग्रह करणारे, संदेश देण्याचे विविधांगी स्वरूपाचे माध्यम होय.

अमेरिकेतील युवकांना भुरळ पाडणारी एक लक्षणीय जाहिरात आजही सर्वश्रेष्ठ मानली जाते.

They laughed when I sat down at the piano.

But when I started to play.

ही जाहिरात, गेल्या दशकातील सुपरहिट हिंदी सिनेमा, 'दिल तो पागल है' या चित्रपटात वापरली आहे.

जाहिरातींचे मोहजाल

आज आपण ज्या वस्तू आणि सेवांची खरेदी करीत असतो, त्यापैकी काही ठराविक वगळता सर्वच प्रकारच्या खरेदीवर जाहिरातदारांचे आणि प्रसारमाध्यमांचे साम्राज्य आहे. या खरेदीसाठी जाहिरात आणि प्रसारमाध्यमाची प्रेरक आणि प्रभावक म्हणून फार मोठी भूमिका आहे. वर्तमानपत्रातील जाहिरात पाहून आपण बरेचदा ठराविकच उत्पादन खरेदी करण्याचा आगाऊ निर्धार करतो.

१) भारतातील क्र. १ चे दर्जेदार उत्पादन

२) प्रथमच भारतात सादर करीत आहोत

३) हा सेल केवळ शेवटचे तीन दिवस

४) ही सुविधा केवळ साठा शिल्लक असेपर्यंत

या सर्व जाहिराती आपल्याला भुलवीत असतात, वेगवेगळ्या प्रकारच्या प्रलोभनांना बळी पाडतात.

वर्तमानपत्रांतील रूपेरी रंगीबेरंगी पुरवण्या आणि त्यातील पान अर्ध्यापानाची

जाहिरात लक्षवेधी तर असतेच, पण त्याबरोबरच मनावर अवीट परिणामपण करते. दूरदर्शन किंवा कोणत्याही प्रसारवाहिन्यांवर जे कार्यक्रम दाखविले जातात, त्यामुळे आपण प्रभावित होतो. कार्यक्रमाच्या प्रारंभापूर्वी, मध्ये आणि अखेरीससुद्धा या जाहिराती असतात. दर तीस मिनिटांच्या प्रक्षेपणात सुमारे ७-७॥ मिनिटे जाहिराती असतात. चित्रपटाच्या प्रक्षेपणात प्रत्येक तीन ते पाच मिनिटांनी जाहिरात दाखविणे हे ग्राहकांना पूर्णपणे विचारशून्य अवस्थेत आणण्यासारखे आहे. आकर्षक मॉडेल्स, कर्णप्रिय संगीत आणि लक्षात राहणारा संदेश यामुळे या जाहिराती मनावर दीर्घकाळपर्यंत राज्य करतात आणि त्यामुळेच होणारी खरेदी ही निरपेक्षपणे होत नाही. ऐकावे जनाचे पण करावे मनाचे हा संदेश आपण विसरून जातो. जे काही कानी पडते तेच सत्य आहे असे मानण्याची एक शरणागतवृत्ती निर्माण होते.

या जाहिराती अत्यंत खर्चिक असतात. वर्तमानपत्रे आणि प्रसारमाध्यमे यांना प्रचंड पैसा मिळवून देणारा हा व्यवसाय कोणाच्या जिवावर चालतो याचा विचार करणे आवश्यक आहे. विक्रेते, उत्पादक हा प्रचंड खर्च करतात, कारण त्यांना ठराविक उत्पादन ग्राहकांच्या मनात ठसवावयाचे असते. विशिष्ट ब्रॅण्डनेम, विशिष्ट उत्पादक कंपनीची प्रतिमा एकदा बाजारात रूढ झाली, की मग विक्रेत्याला ग्राहक नावाची एक आंधळी मेषपात्रांची फौजच त्याचा पाठलाग करत येताना दिसते. बाजारपेठ ही त्याची अंत नसणारी सुवर्णखाण आहे.

जाहिरात गुरू डेव्हिड ओगिल्वही यांच्या मते, What you say advertising is more important than how you say it.

ग्राहक जाहिरातीतील दाव्यांवर आणि त्यातील आश्वासनांवर बरेचदा आंधळेपणाने विश्वास ठेवतात. त्यांच्या मनाला महत्त्वाचे प्रश्न स्पर्शपण करीत नाहीत. सर्वाधिक खपाची वस्तू कोणत्या काळात सर्वाधिक खपाची होती हे त्यांना माहीत नसते. भारतातील प्रथम क्रमांकाचे हे कोणी ठरविले हे त्यांना माहीत करून घेण्याचा मार्गच नाही. 'आंतरराष्ट्रीय पॅक मे' हा दावा कोणत्या आधारावर करण्यात आला हे शोधण्याचा मार्ग नाही. विविध प्रकारच्या दाव्यांनी आणि भ्रममूलक आश्वासनांनी त्याची सतत फसवणूक होत असते. अब SLR-P5 के साथ यामधील SLR-P5 चा अर्थ कोणत्याच विक्रेत्याला माहीत नसतो. दोन नगाच्या खरेदीवर एक नग फुकट देणारा विक्रेता फसवणूक करीत आहे किंवा कसे? हे तो ओळखू शकत नाही. अशा प्रकारे एक सातत्यपूर्ण शोषण ग्राहक सहन करीत आहे.

संयुक्त राष्ट्रसंघाच्या एका मार्गदर्शक तत्त्वानुसार ग्राहकाला वस्तूनिवडीचा पूर्ण अधिकार आहे आणि त्यासाठी पर्याप्त माहिती मागणे व तिचा निवडीच्या

अधिकारासाठी वापर करणे हे ग्राहकाचे अधिकार आहेत. पण प्रत्यक्षात हे असे होताना आढळून येत नाही; कारण ग्राहक हा विक्रेत्यांच्या प्रचंड क्षमतेपुढे आणि प्रचारमोहिमेच्या झंझावातात स्वतःचे अस्तित्व कायम टिकवून ठेवू शकत नाहीत.

अर्थव्यवस्थेच्या प्रारंभिक काळात जेव्हा माणसाच्या गरजा मर्यादित होत्या त्या काळात, जाहिरात आणि विक्रयवृद्धीच्या तंत्राचा वापर फारसा होत नव्हता. पण औद्योगिक क्रांतीच्या चक्राने वेग घेतला आणि उत्पादनांचा महापूर वाहू लागला. या महापुरात लालसा, मोह आणि प्रतिष्ठेच्या लाटा आल्या आणि ग्राहक राजाचे सिंहासनच त्यात वाहून गेले.

बाजारपेठांतील कायदे हे दया, न्याय आणि समतेच्या तत्त्वावर आधारित नाहीत. बाजारपेठ ममता, करुणा आणि समता यांना फारशी किंमत न देणारी कठोर यंत्रणा आहे. तिचे स्वतःचे कायदे आहेत. तेथे ताठर वृत्ती, आर्थिक क्षमता आणि मागणी-पुरवठा यावर नियंत्रण ठेवण्याची ताकद यांनाच महत्त्व आहे. जो ग्राहकांच्या मनांवर राज्य करतो त्या विक्रेत्याचा शब्द बाजारपेठेतील कायदा आहे, आणि जोपर्यंत त्याचा शब्द ग्राहक मान्य करतात तोपर्यंतच त्याचे राजपद अढळ आहे. म्हणूनच ग्राहकांना आकर्षित करण्याची, आपल्याकडे ओढण्याची सतत आणि तीव्र स्पर्धा बाजारात सुरू असते. स्पर्धा हाच खरा बाजारपेठेचा प्राण आहे, बाजारपेठेच्या अस्तित्वाचा अंतःप्रवाह आहे. स्पर्धेची ओळख केवळ विक्रीक्षमता या शब्दानेच होऊ शकते. म्हणूनच बाजारपेठेत सातत्याने विक्रेते एकमेकांशी स्पर्धा करीत असतात. त्यांना आपली उत्पादने विकण्यासाठी जाहिरात व विक्रयवर्धनतंत्राचा वापर करावा लागतो. कारण त्याशिवाय ते आपले अस्तित्व टिकवून ठेवू शकत नाहीत. केवळ आपली विक्रयक्षमता वाढविणे, त्यात नव्याने भर टाकणे हेच त्यांचे अखंड कार्य आहे. म्हणूनच जाहिराततंत्राचा प्रभावी वापर करण्यास पर्याय नाही.

जॉन क्रॉसबीच्या मते, The first law is advertising is to avoid the concrete promise and cultivate the delightful value.

जाहिरातीचा ग्राहकांच्या मनोवृत्तीवर विलक्षण प्रभाव पडतो याचा अंदाज आल्यापासून विक्रेत्यांनी त्याचा अनेक प्रकारे उपयोग करणे सुरू केले आहे. वॅन्स पॅकार्ड यांनी जाहिराततंत्राला 'अदृश्य मायाजाल' हे नाव दिले आहे. त्याच्या मते, जाहिरात मानवी मनावर कशा प्रकारे प्रभाव करते हे निश्चित सांगता येणार नाही पण ग्राहक तिच्या प्रभावापासून आपली सुटका करू शकत नाही हे मात्र खरे, त्याची काही उदाहरणेसुद्धा दिली आहेत :

१) सौंदर्य प्रसाधने विकत घेणारी स्त्री - सुंदर दिसण्याचे आश्वासन विकत घेते.

२)	संत्री विकत घेणारा मनुष्य - संजीवक जीवनसत्त्वे विकत घेतो.

३)	मोटारकार विकत घेणारा मनुष्य - वाहन नाही तर प्रतिष्ठेचे प्रतीक चिन्ह विकत घेतो.

जाहिरातींचा आर्थिक परिणाम

संदेशवाहक	*ग्राहक*	*संघटना*	*व्यक्ती*
			भागधारक
		उत्पादक	संचालक
	ग्राहक	स्पर्धक, ठोक विक्रेते	व्यवस्थापक
जाहिरात, प्रसारमाध्यमे		किरकोळ विक्रेते, पुरवठादार	कर्मचारी
	व्यापारी व संस्थात्मक ग्राहक	वितरक, साधन वितरक	

या सर्व प्रचार आणि प्रसार तंत्रांतून ग्राहकांच्या मनावर खोलवर एक विचार रुजवण्यात येतो, त्याच्या मनाची, मेंदूची, विचारक्षमतेची पूर्णपणे कोंडी करण्यात येते. जाणिवेच्या खाली दडलेल्या सुप्त मनावर प्रभाव पाडण्याचा जाहिरातदार प्रयत्न करीत असतात. शिकागोतील एका बाजारपेठ विश्लेषण आणि जाहिरात संस्थेने ६००हून अधिक अमेरिकन स्त्रियांचे दैनंदिन जीवन अत्यंत सूक्ष्मस्तरावर अभ्यासिले; कारण त्यांना अमेरिकन स्त्रियांना पटेल आणि आवडेल असे तयार अन्न (fast food) विकावयाचे होते. पब्लिक रिलेशन्स सोसायटी ऑफ अमेरिका या संस्थेने १९५६ साली फ्लोरिडा येथील नागरिकांचे दैनंदिन जीवन, त्यांची विचारसरणी आणि राजकीय मते यांचा प्रथमच शास्त्रीय व सखोल अभ्यास केला. याचे कारण अमेरिकन मतदार का व कशा प्रकारे मतदान करतो याचे त्यांना अध्ययन करावयाचे होते. त्यातूनच मतदात्यांना कशा प्रकारे

प्रलोभन दाखवायचे, कोणता उमेदवार कशा प्रकारे प्रसिद्धीस आणावयाचा याचा शास्त्रीय विचारदेखील सुरू झाला. 'आम्ही मानवी मनाच्या अंतःप्रेरणा आणि विचारक्षमता यांचे अध्ययन करतो; कारण बाजारपेठेत विक्री वस्तूची नाही तर भावनांची होत असते,' हे मॅसन हेअर यांचे वाक्य खचितच विचार करावयास लावणारे आहे.

पिअरे मार्टिनी या मानसशास्त्रज्ञाच्या मते, जाहिरातदार ग्राहकांच्या मनात प्रतिमांचा सापळा तयार करतात. या प्रतिमा त्याच्या मनानेच तयार केलेल्या असतात. ठराविक उत्पादनांच्या तीव्र आणि सातत्यपूर्ण जाहिरातीच्या माध्यमातून या प्रतिमांचे सापळे अत्यंत ताठर होतात. परिणामतः, ग्राहक ठराविक उत्पादनांशी पूर्णतः एकनिष्ठ होतात. त्याच्या अंतर्मनात ही उत्पादनेच त्याच्या ठराविक गरजा असतात. केवळ विशिष्ट ब्रॅण्डच्या उत्पादनाची खरेदी म्हणजेच आपले वास्तविक समाधान असा अतर्क्य विचार त्यांच्या मनात कायम होतो आणि मग पुनर्खरेदीचे, ग्राहकनिष्ठेचे चक्रच सुरू होते. डेव्हिड ओगिव्ही या प्रख्यात जाहिरातदाराने ग्राहकांच्या मानसिक अवस्थेचा आणि प्रतिमेच्या सापळ्यात अडकण्याच्या शैलीचा चांगलाच अभ्यास केला आहे. त्याच्या मते, जी जाहिरात ग्राहकांवर कायमस्वरूपी प्रभाव करू शकते, तीच प्रतिमांचे सापळे तयार करू शकते. यासाठी ऑगिलव्ही यांनीच तयार केलेल्या एका जाहिरातीचे समर्पक उदाहरण लक्षात घेण्यासारखे आहे. 'हिथवे शर्ट्स'च्या या जाहिरातीत केवळ शर्ट घातलेल्या एका उमद्या आणि प्रभावी व्यक्तीचे चित्र होते. त्याच्या मिशावर विशेष लक्ष वेधण्यात आले होते. त्या जाहिरातीत शर्टची कंपनी आणि कोणताही संदेशसुद्धा नव्हता. पण त्यातील व्यक्तीचे चित्र एवढे प्रभावी होते की त्यामुळे हिथवे शर्टची विक्री कितीतरी पटीने वाढली.

प्रतिमांचे सापळे तयार करणारे हे जाहिरातदार मूल्ये, विचारसरणी आणि नीतितत्त्वे यांचीही योग्य भावाने विक्री करतात. या सर्व भावना व कल्पनांचे बाजारमूल्य लक्षात घेऊनच ते आपली जाहिरात किंवा संदेश तयार करतात. ज्वेल फूड कंपनी या एका अमेरिकन कंपनीने आपल्या उत्पादनांची जाहिरात करताना आम्ही म्हणजे आदरातिथ्याचे दुसरे नाव, अशी प्रतिमा निर्माण केली. अन्न, सुगंधी द्रव्ये, कपडे, खाद्यपेये, औषधे आणि संगीत साहित्य विकणाऱ्या कंपन्या आता दयाळूपणा, औदार्य, सौजन्य, आनंद, आत्मीयता, सोशीकपणा, प्रामाणिकता, चैतन्य, सहानुभूती यासारख्या माननीय भावनांची विक्री करीत आहेत आणि बाजारपेठेतील सर्व शक्तिमान ग्राहक राजा त्यावर विश्वास ठेवीत आहे, हेच चित्र सर्वत्र दिसत आहे.

'The ad can make the bad seem better' हेच मागील सूत्र आहे.

व्हॅन्स पॅकार्डच्या मते, जाहिरातदार आठ विविध प्रकारच्या आश्वासनांची आणि सत्य वाटणाऱ्या पण आभासी संकल्पनांची विक्री करतात :

१) मानसिक सुरक्षिततेची विक्री : आजचा शहरी मनुष्य एका अशांत काळात जगत आहे. सर्वत्र अशांतता आणि ताणाचे वातावरण आहे. यामुळे सुरक्षित आणि शांत जीवन हे जवळपास दुष्प्राप्य सुख आहे. माणसाच्या याच कमकुवत बाजूचा विचार करून जाहिरातदारांनी सुरक्षिततेला एक महत्त्वाचा आवाहनाचा भाग केला आहे. डास मारणारे औषध असो किंवा डोकेदुखी आणि सर्दीवर रामबाण उपाय असणारे अंजन असो; सुरक्षितता हाच विक्रीचा खरा मुद्दा आहे. आईचे मातृत्व आणि ममता हा सुद्धा मानसिक सुरक्षिततेच्या भावनेचा महत्त्वाचा विक्रयबिंदू झाला आहे.

२) मूल्य आणि मोबदल्याची हमी : श्रम आणि प्राप्त उत्पन्नाचा विनियोग हा प्रत्येकाच्या जिव्हाळ्याचा विषय आहे. आपण केलेली गुंतवणूक सुरक्षित आहे. त्याच बरोबर त्याला उचित किंवा त्यापेक्षा थोडा जास्त मोबदला मिळत आहे, हे आश्वासन महत्त्वाचे आहे. साबण, तेल, शेअर, गुंतवणुकीचे रोखे, वाहने आणि अनेक प्रकारची सुविधा साधने या सर्वांची विक्री करताना तुमच्या पैशाचा योग्य मोबदला हेच ग्राहकांच्या मनावर बिंबवण्यात येते. बजाजची स्कूटर असो किंवा एच.एम.टी.चे घड्याळ असो, फर्निचर आणि गोदरेजचा फ्रीज असो, तुमच्या पैशाचा योग्य मोबदला देण्याची हमी विक्रेता विविध प्रकारे जाहिरातीमधून देत असतो. विशेषतः ज्या उत्पादनांची खरेदी करण्यात स्त्रियांची महत्त्वाची भूमिका असते तेथे तर काटकसर, योग्य मूल्य आणि अधिक फायदा हेच मुद्दे प्रभावी होतात. निरमा विकणारी दीपिका टोपीवाला, सर्फ घेणारी ललिताजी आणि हम हॉकिन्सके बिना नही चल सकते सांगणारी महापात्रा, या सर्वांना त्याच 'अधिक लाभांच्या' भावनेने पछाडलेले आहे.

३) आत्मसन्मान आणि प्रतिष्ठा : जीवनात काही किमान गरजा पूर्ण झाल्या की माणसाला स्वतःचे अस्तित्व आणि त्याचे व्यक्तिमत्त्व यांचे महत्त्व जाणवू लागते. आपण इतरांपेक्षा वेगळे आहोत, स्वतंत्र अस्तित्वाचे आणि तेजस्वी व्यक्तिमत्त्वाचे आहोत हा अहंगंड अनेकांच्या मनात असतो. या आत्मचेतनेचा आणि स्वयंप्रकटीकरणाचा नेमका उपयोग जाहिरातदारांनी करून घेतला आहे. आपण काहीतरी नवीन केले पाहिजे, आपल्या व्यक्तिमत्त्वाचे वैशिष्ट्य इतरांनी मान्य करावे, आपण जेता आहोत, श्रेष्ठ आहोत, महान आहोत, हा गंड प्रत्येकाच्या मनात सुप्तपणे असतोच. या जेतेपणाच्या भावनेला उत्पादन आणि सेवावेष्टनात बांधण्याचे कार्य जाहिरातदारांनी अत्यंत खुबीने केले आहे. ठराविक ब्रॅण्डची सिगारेट हे श्रेष्ठत्वाचे लक्षण आहे. विशिष्ट कंपनीचे कपडे हे खऱ्या जेत्याची ओळख आहे. चोखंदळपणा म्हणजेच ठराविक सूटिंग्ज आणि कोणतातरी एक ब्रॅण्ड म्हणजेच अस्सल राजसी खानदानीपणा.

४) नावीन्य आणि चमत्कृतीची विक्री : अद्‌भुताची आणि नावीन्याची आवड नसणारी व्यक्ती विरळीच. आपले वेगळेपण, स्वतंत्र अस्तित्व आणि जिवंतपणा दाखविण्याचा एक महत्त्वाचा भाग म्हणजे काहीतरी नवीन करणे, काहीतरी अद्‌भुत किंवा चमत्कृतिपूर्ण कार्य करणे. नावीन्य आणि वेगळेपणाचे आकर्षण याबद्दल माणसाच्या मनात जे विलक्षण कौतुक आहे, त्याचा जाहिरातदारांनी विविध प्रकारे उपयोग केला आहे. बरेचदा त्यातून आपली फसवणूक होत आहे याची पण ग्राहकांना तिळमात्र जाणीव नसते. हे नावीन्य बाजारपेठेत अनेक प्रकारे उपलब्ध असते. नवीन वितरण पद्धती, नवीन पॅकेजिंग पद्धती, नवीन ब्रॅण्ड नावे, नवे रंग, मॉडेल्स आणि त्यांच्या सुधारित आवृत्त्या, बाजारपेठेत वस्तूची जाहिरात करताना Ultra, Fresh, Super, Modern, Extra Super, Rich, Latest, New या शब्दाचा वारंवार उपयोग केला जातो, ते मूलतः ग्राहकांची नावीन्याबाबतची असाधारण आवड पाहूनच.

Advertising is a valuable economic factor because it is the cheapest way of selling goods, especially if goods are worthless - *Lewis.*

५) प्रेम, स्नेह आणि भावनेचे बंधन : विक्रेत्यांना काही भावनांतील पावित्र्यापेक्षा त्यांचे विक्रयमूल्य अधिक महत्त्वाचे वाटणे हे नैसर्गिकच आहे. कारण ज्या भावना मानवी मनाला अधिक कोमल, पवित्र आणि आदराच्या वाटतात, त्याचे तो अधिक मूल्यसुद्धा देण्यास तयार असतो. कारण अमूल्य भावनांची किरकोळ दराने विक्री हा परवडणारा सौदा नाही. टायटन घड्याळाची विक्री वाढवण्यासाठी पित्याचे मुलीप्रति प्रेमभाव किती कोमल असतात याचे नेमके वर्णन करणारी जाहिरात मनाला भावते, त्याचे कारण आपल्या मनातील या भावनेच्या पावित्र्यामागे आहे. दूध, खाद्यपेये, घरातील रंगसंगती, शक्तिवर्धक पेये यांसारख्या अनेक वस्तूंची विक्री याच ममत्वाच्या आणि स्नेहाच्या भावनांचा वापर करून करता येते. 'A Gift for some one you love' ही जाहिरात त्याच भावनेचे प्रतिबिंब आहे.

६) सामर्थ्य, सत्ता, अधिकार आणि शक्तिकेंद्रे यांची विक्री : मनाच्या कमकुवतपणाची जाणीव हा माणसाचा सर्वात मोठा पराभव आहे. आपल्यात काहीतरी न्यूनत्व आहे, कमजोरपणा किंवा दुय्यमपणाची भावना आहे हा विचारदेखील अनेकांना अमान्य होतो. सामर्थ्याची, शक्तिशाली व्यक्तिमत्त्वाची प्रत्येकालाच कामना असते. हे सामर्थ्य आणि अधिकार यांचे प्रदर्शन वेगवेगळ्या प्रकारे आपण करीत असतो. जी उत्पादने आणि वस्तू वापरतो त्यांची नावे, आकार, स्वरूप, रंग आणि मूल्य यातून श्रेष्ठत्व डोकावते तर कधीकधी ते या सर्व भावनांना ठराविक उत्पादनांचे रूप देते. चाणाक्ष

जाहिरातदारांनी या भावनांचा आणि अधिकारवृत्तीचा विविध उत्पादनांत प्रतिकात्मक वापर केला आहे. वाहने, सिगारेट, मादक पेये आणि सुगंधी अत्तरे यांच्या विक्रीसाठी तर या अधिकारप्रतीकांचा विशेषच वापर करण्यात येतो. मोटारवाहनांची विक्री करणाऱ्या एका कंपनीने याबाबत आपली जाहिरात प्रभावी का ठरते याचे स्पष्टीकरण पुढीलप्रमाणे दिले आहे : "It gives him (the buyer) a renewed sense of power and pressures him of his own muscularity and emotional need which his old car fails to deliver."

मोपेड विकणाऱ्या एका कंपनीने आपल्या उत्पादनाची जाहिरात करताना शब्द वापरलेत Power Profile, तर मोटारसायकलच्या विक्रेत्याने Total Power, जीन्स विकणाऱ्या कंपन्या, सिगारेट आणि मादक द्रव्याच्या विक्रेत्या कंपन्यांना सत्ता आणि अधिकार हेच खरे पौरुषाचे लक्षण आहे, असे भासवून आपल्या उत्पादनाची विक्री करता येते.

७) **आपुलकी आणि भूतकाळाची ओढ** : लहानपणीचे आजोळ, जुन्या काळातील अद्भुत वाटणाऱ्या आवडत्या कथा याबद्दलचे एक अनाकलनीय आकर्षण प्रत्येक प्रौढास असते. आपण कोणाचे तरी वंशज आहोत, कोणाचे तरी अनुयायी आहोत आणि ठराविक जीवनपद्धती किंवा मूल्यांबद्दल आपणास आदर आहे, ही त्याची महत्त्वाची भावनिक शक्ती आहे.

अनेक विक्रेते या भूतकाळावरील प्रेमाचा, आपुलकीच्या भावनेचा बाजारू उपयोग करतात. तिला जाहिरातीच्या आकर्षक वेष्टणात बांधतात. कर्णप्रिय संगीत आणि रोचक किंवा मनोरम घोषवाक्यात पेरतात.

८) **भविष्य आणि अमरत्वाचे स्वप्न** : मृत्यूइतके भयंकर काहीच नाही. मानवाला जेवढे भय मृत्यूच्या कल्पनेचे आहे, तेवढे दुसरे कशाचेच नाही. परिणामत: त्याला नेहमीच अमरत्व, कायम तारुण्य, अधिक शक्ती, जोम आणि उत्साह देणाऱ्या कल्पना व स्वप्नांची आवड असते. एडवर्ड वेल आणि गेल्ट यांनी हे विविध प्रयोगांनी सिद्ध केले आहे की, मनुष्य जेवढा मृत्यूच्या आणि आकस्मिक संकटाच्या भयाने प्रेरित होतो तेवढा कशानेच नाही. विमा, सडकसुरक्षा, हॉस्पिटल, शरीरसुरक्षा या सर्वांबाबत हाच दावा सत्य आहे.

तंबाखू विकणाऱ्या एका कंपनीने आपल्या उत्पादनाची जाहिरात करताना 'दि टाइम्स' या वृत्तपत्रात दिलेली माहिती खरोखरच विचार करायला लावणारी आहे:

आमचे उत्पादन 'तंबाखू' एकदा वापरा. डोळे, डोके, पोट, स्नायू व गुडघे यांचे आजार एकदम छू होतील. चष्म्याची गरज भासणार नाही, म्हातारपणी काठी नकोशी वाटेल. तारुण्याची भावना म्हातारपणी पुन्हा हवी असेल तर आमच्या तंबाखुला पर्याय नाहीच. 'एका औंसाला केवळ चार पौंड.'
(दी फेमस सेफालिक अ‍ॅण्ड ऑप्थॉल्मिक टोबॅको – टाइम्स, १७७२)

आपण ठराविक काही वस्तू खरेदी केल्याने चिरतरुण दिसणार आहोत, आहोत त्यापेक्षा कमी वृद्ध दिसणार आहोत ही भावना नेहमीच भुरळ पाडणारी आहे. चिरयौवन, आणि सर्व संकटांपासून मुक्तीचे रामबाण उपाय प्रत्येकालाच हवे आहेत.

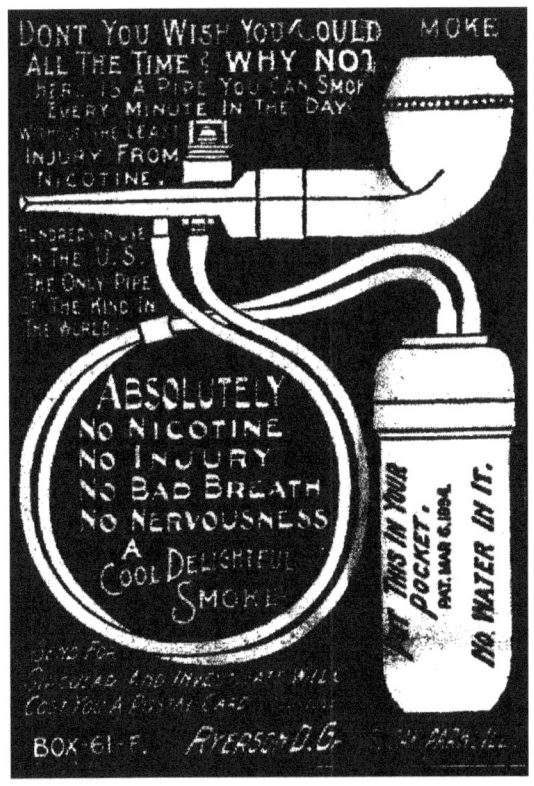

जाहिरातदार स्वप्नाचे आणि आशावादाचे विक्रेते आहेत. ते दररोज नवीन कल्पना आणि विचारांच्या साहाय्याने काहीतरी विकतात, लोकांच्या मनाला मोहात पाडतात, आणि त्या ठराविक उत्पादनाची गरज निर्माण करतात. त्या ठराविक उत्पादनाशिवाय जीवन नीरस आहे, आपले व्यक्तिमत्त्व अपूर्ण आहे असा विचार निर्माण झाला, की मग सुरू होतो खरेदीच्या सापळ्याचा प्रवास.

जाहिरातीतील विविध आवाहने आणि त्यांचा प्रभाव

आवाहनाचे स्वरूप	समाजावर प्रभाव
१) सामाजिक स्थान (स्टेटस)	ईर्षा, अभिमान, प्रतिष्ठा, सामाजिक श्रेष्ठत्वाची भावना
२) भय	चिंता, तणाव, घाई, सुरक्षा
३) विविधता	परंपरेपेक्षा वेगळे, नावीन्य, श्रेष्ठत्व
४) तारुण्य	जोम, साहस, अधिकार, श्रेष्ठत्व, शक्ती
५) काम	यौवन, मद, आनंद, सुखसीन वृत्ती

स्रोत : रिचर्ड पॉली : क्वॉलिटी ऑफ लाइफ.

❏❏

४

जाहिरातीचे मोहजाल

Advertising is the art of making whole truth out of half truths -

E. A. Shroff.

माणसाच्या मनाइतके अनाकलनीय दुसरे काही नाही. कोणतेही कोडे, गूढ सोडविता येईल; पण माणसाच्या मनात असणारा गुंतागुंतीचा आंतरकलह सोडविणे बरेचदा अशक्य असते. माणूस ठराविक परिस्थितीत असा का वागतो किंवा कसा वागेल याचे निश्चित भविष्य तज्ज्ञ भविष्यवेत्ते छातीठोकपणे करू शकत नाहीत. जे काही मनात नाही, ते अस्तित्वात नाही, जे माझ्या मनात आहे ते सर्वत्र आहे, अशी एकंदर मानवी मनाची भूमिका असते.

ग्राहक हा समाजातील एक सर्वात प्रभावी घटक आहे. प्रत्येकच व्यक्ती ग्राहक आहे, उपभोक्ता आहे आणि खरेदीदार आहे. त्याच्या खरेदीची कारणे विविध असू शकतात. त्याच्या उपभोगाची मात्रा कमी-अधिक असू शकते. खरेदीचे उद्देश आणि कारणे यात भिन्नता असू शकते; पण उपभोगशून्य व्यक्ती असू शकत नाही. आपल्या अस्तित्वाचा आधार उपभोग हाच आहे. या निसर्गाने आणि समाजाने प्रत्येक व्यक्तीला विविध वस्तूंच्या उपभोगासाठी कारणे व संधी उपलब्ध करून दिली आहे.

उपभोगाची मात्रा वाढविणे हे विक्रेत्याचे, उत्पादकाचे उद्दिष्ट आहे. ही उपभोग मात्रा वाढविण्यासाठी ग्राहकांना मोहित करणे, आकर्षित करणे यासाठी विविध तंत्रांचा वापर करणे, विविध प्रकारे जाहिरात करणे अत्यावश्यक आहे. ग्राहकाने आपली उत्पादने खरेदी करावीत त्याला ठराविक उत्पादनाबाबत आकर्षण, आत्मीयता आणि आपुलकी वाटावी यासाठी विक्रेता विविध प्रकारचे प्रयत्न करतो. या सर्वच प्रयत्नांमध्ये जर त्याला यश हवे असेल तर त्याला ग्राहकांच्या मानसिकतेची जाणीव असली पाहिजे. ग्राहक

मानसशास्त्राचा सखोल अभ्यास करूनच विक्रेता ग्राहक ठराविक वस्तूच का खरेदी करतो? त्याला विशिष्ट उत्पादनाप्रती विशेष आकर्षण का असते? आणि ठराविक उत्पादने तो निष्ठेने का खरेदी करतो? या सर्वांचे विश्लेषण करू शकतो.

लुह चेस्कीन या कलर रिसर्च इन्स्टिट्यूटच्या संचालकाने मानवी मनावर रंग, वेष्टण चित्रे आणि संदेश यांचा अनुकूल/प्रतिकूल प्रभाव होतो हे साधार दाखवून दिले. त्यामुळे वेष्टण आणि त्यावरील जाहिरातींच्या क्षेत्रात मोठीच क्रांती घडून आली. जेम्स विकारे आणि गार्डनर मर्फी यांनी जाहिरातीमधील ट्रेडमार्क, संदेश, चित्रे, प्रतीक चिन्हे, या सर्वांचा ग्राहक मानसशास्त्रावर प्रभाव होतो, हे सप्रमाण सिद्ध केले. त्याच्या या संशोधनाचा जाहिराततंत्रावर सखोल परिणाम झाला.

अब्राहम मॅस्लो या मानसशास्त्रज्ञाने जाहिरातींचा मानवी मनावर होणाऱ्या प्रभावाचा अभ्यास केला नाही, मानवी मन आणि त्याच्या गरजा यांचा अभ्यास केला. मॅस्लाने केलेला हा अभ्यास हे एक अत्यंत मूलभूतस्वरूपाचे संशोधन मानण्यात येते. त्याच्या मते, मानवाच्या सर्व गरजांचे पाच मूलभूतप्रकारांत वर्गीकरण करता येते. त्याच्या सिद्धान्ताला 'मॅस्लोचा मानवी गरजांचा उतरंडीचा सिद्धान्त' असे म्हणतात, मॅस्लोने मात्र त्याला 'आत्मिक व गतिमान (Holistic dynamic) सिद्धान्त' हे नाव दिले आहे. त्या गरजांचे वर्गीकरण खाली दिलेल्या आकृतीत आहे :

आजच्या जाहिराततंत्राचा संपूर्ण आधार म्हणून मॅस्लोच्या गरजेच्या सिद्धान्ताचा उल्लेख करण्यात येतो. कारण या सिद्धान्ताच्या माध्यमातूनच आधुनिक जाहिराततंत्रातील आवाहन (appeal), उद्देश (motive) आणि संदेश (message) या सर्व संकल्पनांचा विकास झाला आहे. माणूस वस्तू का खरेदी करतो, याची विविध कारणे किंवा उद्देश असतात. उद्देशातील ही विविधता म्हणजेच ग्राहकाच्या मनोभूमिकेतील परिवर्तने आहेत. मानसशास्त्राच्या माध्यमातूनच आपण ही विविधता जाणून घेऊ शकतो.

खरेदीचा उद्देश ही संकल्पना मेल्वीन हॅट्विक या मानसशास्त्रज्ञाने मांडली. त्याच्या मते, मानवाच्या मनातील अंत:प्रेरणा यामुळे तो ठराविक वस्तू किंवा सेवा खरेदी करण्यास प्रेरित होतो. हॅट्विकने 'सायकॉलॉजी फॉर बेटर ॲड्व्हर्टायझिंग' या पुस्तकात मानवी उद्देशांचे पुढीलप्रमाणे वर्गीकरण केले आहे.

प्राथमिक उद्देश	**दुय्यम उद्देश**
अन्न, वस्त्र, निवारा	सौदेबाजी
सुविधा, चैन	माहिती
विरुद्ध लिंगी व्यक्तीचे आकर्षण	स्वच्छता
प्रेम आणि कल्याण	कार्यक्षमता
भीतीपासून मुक्ती	सुलभता
श्रेष्ठत्वाची भावना	विश्वासार्हता
सामाजिक मान्यता	शैली, सौंदर्य
दीर्घकाळ जीवनाची कामना	काटकसर

ग्राहकांची खरेदी सामान्यपणे या खरेदी उद्देशांनी (buying motives) प्रभावित झालेली असते. एक किंवा अनेक उद्देश ग्राहकांच्या मानसिकतेवर प्रभाव पाडतात.

विविध देशांतील दरडोई जाहिरातीवरील खर्च

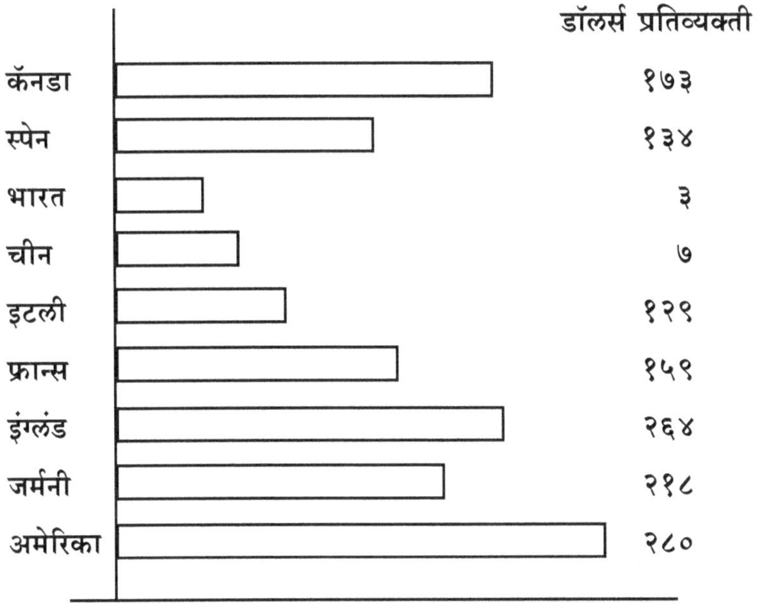

डॉलर्स प्रतिव्यक्ती
कॅनडा १७३
स्पेन १३४
भारत ३
चीन ७
इटली १२९
फ्रान्स १५९
इंग्लंड २६४
जर्मनी २१८
अमेरिका २८०

आवाहनांचे मानसशास्त्र

ग्राहकांना आकर्षित करण्यासाठी विविध आवाहनांचा, संदेशांचा वापर जाहिरातदार करीत असतात. ही आवाहने अनेक प्रकारे प्रभाव गाजवितात. ग्राहकाला प्रेरित करतात, मोहात पाडतात आणि त्याची खरेदीची इच्छा जागृत करतात. योग्य आवाहन म्हणजे ग्राहकांना प्रेरित करण्याची, वस्तू खरेदी करण्यास भाग पाडण्याची हमीच आहे. हे आवाहन मनाला असते. या आवाहनाने व्यक्ती उत्पादनांचा, सेवांचा, कल्पनांचा गुलाम होते, स्वतःची विचारशक्ती गमावते, विवेकापेक्षा विकारांचा, दिमागापेक्षा दिलांचा प्रभाव वाढतो.

आवाहनांचा प्रभाव विशेषत्वाने मानसिक स्वरूपात ज्या उत्पादनांची अधिक गरज आहे, त्या उत्पादनांच्या खरेदीवर अधिक पडतो. हा प्रभाव कशा प्रकारे कार्य करतो हे खाली दिलेल्या तक्त्यावरून लक्षात येईल. आवाहनातील सातत्य, श्रेष्ठत्व, वेगळेपण आणि आकर्षकता जेवढी जास्त असेल तेवढी खरेदीविषयीची तीव्रता वाढत जाते आणि म्हणूनच योग्य आवाहन ही खरेदीची हमी असे जाहिरातदार मानतो.

जाहिरातदार आपल्या उत्पादनाची जाहिरात करताना ज्या मोहक आणि प्रभावी शब्दांची पखरण करतात, त्याचे विवेचन करणारी मनोरंजक तालिका येथे दिली आहे.

आपल्या जीवनाचा महत्त्वपूर्ण काळ	– कोणतीही घटना
आपल्या शरीराचा नाजूक भाग	– कोणताही अवयव
त्वचेच्या अंतर्भागाची पूर्ण निगा राखते	– चेहरा स्वच्छ करते
खरखरीतपणा, त्रासदायक, चिकटपणा	– स्पर्धक उत्पादनाची वैशिष्ट्ये
महान शास्त्रज्ञ	– उत्पादनाची सत्यता पटवून सांगणारे मॉडेल
आयुष्यभराची कामगिरी अविस्मरणीय कामगिरीचे उत्पादन	– आमचे नवीन उत्पादन बाजारपेठेत येईपर्यंत
केवळ आपल्यासाठी निवडक	– अत्यंत महागडे

ग्राहक आवाहने आणि संदेश यांनी कसा प्रभावित होतो ?

ग्राहकाची मनोवृत्ती विविध प्रकारच्या आवाहनांनी प्रभावित होते. त्याचा खरेदी-प्रक्रियेवर परिणाम होतो. हा प्रभाव कशा प्रकारे होतो याचे विश्लेषण करणारी विविध प्रतिमाने अस्तित्वात आहेत. अनेक मानसशास्त्रज्ञांनी ग्राहकांची मनोवृत्ती आणि खरेदी-प्रक्रिया यातील सहसंबंध याचे अध्ययन केले आहे. त्यातील प्रमुख संशोधने येथे नमूद करण्यात आली आहेत.

१) ए.आय.डी.ए. (आयडा) सिद्धान्त : या सिद्धान्तानुसार जाहिरातदर ग्राहकाला आकर्षित करण्यासाठी (attention) (लक्षवेध), रुची (interest), इच्छा (desire) आणि कृती (action) या चार पायऱ्यांचा वापर करतो. ई. के. स्ट्राँग यांनी हा सिद्धान्त 'दि सायकॉलॉजी ऑफ् मोल्डिंग' या पुस्तकात मांडला आहे. त्यानुसार जाहिरातीच्या संदेशात ग्राहकांना मोहित करण्याचे प्रचंड सामर्थ्य असणे अत्यंत आवश्यक आहे. या मोहात पडून ग्राहकाच्या मनात उत्पादनाबद्दल रुची निर्माण होते. त्यातूनच ते उत्पादन किंवा सेवा खरेदी करण्याची लालसा जन्मास येते. माणूस हा मोहात पडणारा प्राणी आहे. त्यामुळे तो वस्तूखरेदीच्या मोहात पडतो. त्यासाठी आकर्षण आणि अतीव रुची निर्माण करण्याचे कार्य मात्र जाहिरातीला करावयाचे असते.

२) डॅग मार सिद्धान्त (DAG MAR Theory) : रसेल कुली यांनी हा सिद्धान्त मांडला आहे. डॅग मार हे Defining Advertising Goal for Measured Advertising Results या सिद्धान्ताचे लघुरूप आहे. या सिद्धान्तानुसार ग्राहकावर जाहिरातींचा प्रभाव पुढीलप्रकारे होतो.

या सिद्धान्तानुसार वस्तूखरेदीसाठी ग्राहकाची मानसिक तयारी पुढील क्रमाने होते.

- अज्ञान (non-awareness)
- जाणीव (awareness)
- जागृती (comprehension)
- खात्री (conviction)
- प्रेरणा (motivation)

ग्राहक हा प्रारंभी उत्पादनाची उपयुक्तता, योग्यता, गुण आणि इतर वैशिष्ट्यांप्रति पूर्णतः अज्ञानी असतो. चांगल्या जाहिरातीच्या माध्यमातूनच त्याला या उत्पादनाची, त्याच्या गरजांची जाणीव होते. एकदा जाणीव निर्माण झाली की ठराविकच उत्पादन त्याच्या गरजा कशा प्रकारे पूर्ण करू शकते, याबाबत जाहिरातसंदेश त्याची मनोभूमिका तयार करतात आणि त्यातून त्याला उत्पादनाची खरेदी करण्याची प्रेरणा होते.

३) माहिती प्रक्रिया सिद्धान्त : विल्यम मॅकग्युरे यांनी हा सिद्धान्त मांडला आहे. त्यांच्या मते, जाहिराती ग्राहकांना शिक्षित करतात, त्यांच्या मनाला ठराविक उत्पादन खरेदी करण्यासाठी प्रेरित करीत असतात. या सिद्धान्तानुसार जाहिरातीचा ग्राहकाच्या मनोभूमिकेवर होणारा प्रभाव खालील सहा टप्प्यांत होतो.

या प्रतिमानानुसार जाहिरातीद्वारे ग्राहकांना मोहित करण्याची प्रक्रिया सहा टप्प्यांत होते :

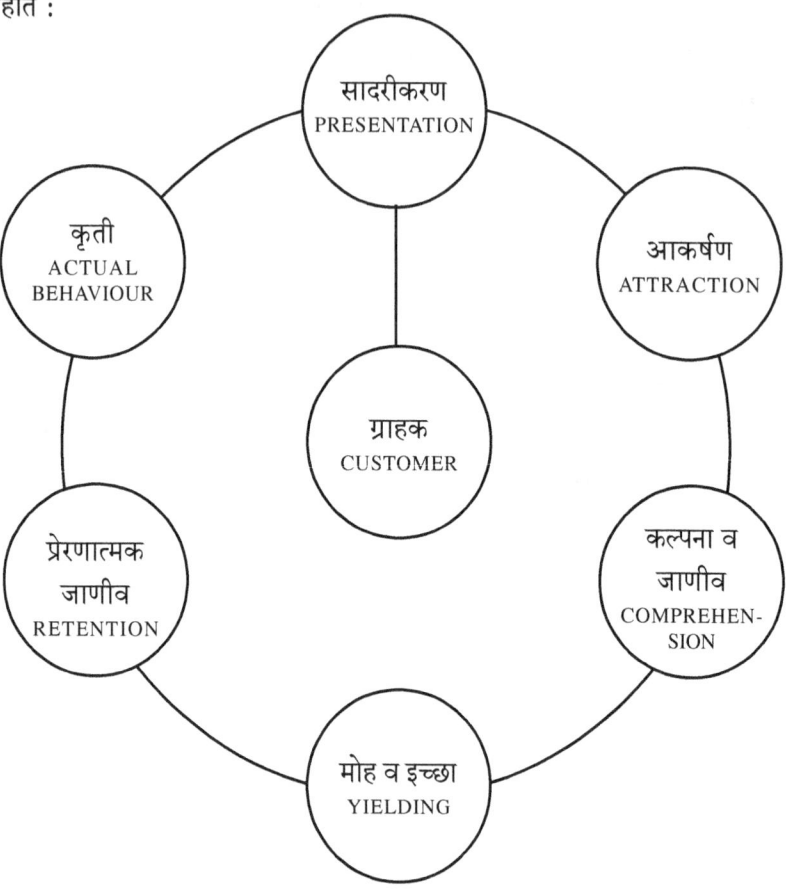

या प्रक्रियेनुसार ग्राहक आपली विचारक्षमता जाहिरातीतील संदेश आणि कल्पना यांच्या प्रभावामुळे गमावीत असतो. तो जाहिरातींच्या संपूर्ण पगड्याखाली आला की, मग त्याला ठराविक उत्पादन घेण्याची प्रेरणा होते.

❏❏

५

परिवर्तनाचे चक्र

Advertising promotes that divine discontent which makes people strive to improve their economic status- *R. S. Butler*

महान समाजवादी विचारवंत आणि थोर क्रांतिकारक लेनिन यांनी जाहिरातीविषयी लेखन करताना 'अर्थव्यवस्थेत योग्य संचालनात व्यवधान आणणारे अनैतिक तंत्र' अशा शब्दांत आपले मत व्यक्त केले आहे. अनेकांना जाहिरात ही अर्थव्यवस्थेत आणि समाजव्यवस्थेत अकारणच लुडबुड करणारी प्रचारयंत्रणा वाटते. जॉन केनेथ ग्रॉलब्रेथ या नोबेल पारितोषिकप्राप्त अर्थतज्ज्ञास तर लोकांना सक्तीची खरेदी करण्यास बाध्य करणारे, फसवणूक करणारे आणि मूल्यवृद्धीस कारणीभूत ठरणारे बाजारपेठेतील तंत्र म्हणजे जाहिरात असे वाटते.

जाहिरातीमुळे ग्राहक भ्रमात पडतो, गोंधळतो, हे घेऊ की ते घेऊ अशी त्याची अवस्था होते यांत खरोखरच संशय नाही. त्यामुळे खर्चाचे प्रमाण वाढते. कुटुंबाचे अंदाजपत्रक कोसळते आणि सर्वसामान्य मागणीतपण वाढ होते. परिणामतः, ज्या वस्तूचा अपेक्षित उपभोग कमी असावयास हवा, त्याचा वास्तविक उपभोग वाढल्याचे दृष्टोत्पत्तीस येते. बरेचदा या उपभोगवाढीमुळे साधनांचा उपयोग फारसा समाजोपयोगी नसणाऱ्या वस्तूंच्या निर्मितीसाठी होतो आणि खरोखरच ज्या गोष्टी समाजाच्या वास्तविक हिताच्या आहेत, त्यांचे उत्पादन मात्र कमी होते. साधनांचे वितरण असमान होते आणि उत्पादनात विवेकपूर्ण संतुलन साधले जात नाही. जाहिरातीबाबत अशा प्रकारचे अनेक दोषारोप करण्यात येतात. या अदृश्य पण शक्तिशाली व्यापारतंत्राचे सामाजिक व आर्थिक परिणाम कोणते होतात याचा येथे विचार करणे अगत्याचे आहे.

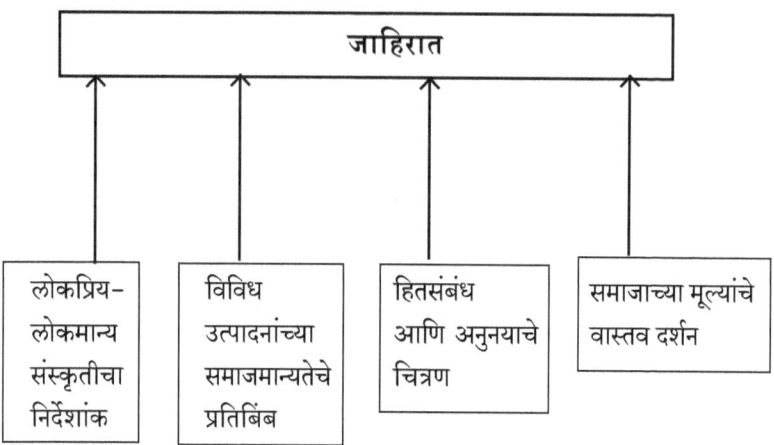

जाहिरात हा समाजाचा आरसा

जाहिरात हे भांडवलशाही रचनेतील बाजारपेठयंत्रणेचे थोरले अपत्य आहे. मुक्त बाजारपेठेचे आणि अर्थव्यवस्थेचे चक्र फिरवण्याचे खरे सामर्थ्य या अदृश्य शक्तीतच आहे. उपभोग, उत्पादन, उत्पन्न, बचत हे चक्र सतत फिरवीत ठेवण्यासाठी आर्थिक यंत्रणेला लागणारी शक्ती जाहिरातीद्वारेच पुरविली जाते. ज्या अर्थव्यवस्थांची रचनाच उपभोगाच्या प्रधान तत्त्वावर झाली आहे, तेथे जाहिरातीचे आर्थिक महत्त्व दुय्यम ठरवून चालणार नाही. म्हणूनच, जाहिरातीला सर्वाधिक प्रभावी पण अदृश्य शक्ती म्हणणे उचित होईल.

समाजपरिवर्तनाचे माध्यम म्हणून, चेतना आणि राष्ट्रभक्तीचे माध्यम म्हणून जाहिरातीचा वाढता उपयोग १९१५ मधील इंग्लंडमधील जाहिरातीवरून स्पष्ट होतो.

जर आपण १९ ते ३२ वयोगटातील असाल तर आपण सैन्यात भरती झाला आहात काय?
सैनिकाचा पोशाख न घालताही राजरस्त्यांवरून ताठ्यात चालणे आपणास भूषणावह वाटते काय?
जेव्हा लोक आपणास विचारतील – या महायुद्धात आपण देशाची सेवा कशी केली, तेव्हा काय उत्तर द्याल?
तुमचा देश आणि तुमचा राजा यांना तुमची गरज आहे.
आजच भरती व्हा – सैन्यदलात सामील व्हा.

इंग्लंडमध्ये राष्ट्रभक्तीचे माध्यम म्हणून
जाहिरातीचा उपयोग अशा प्रकारे केला गेला

हेन्री फोर्ड या मॉडेल टी या उत्पादनाचे उदाहरण येथे लक्षात घेण्यासारखे आहे. मोटारकारच्या उदयाच्या काळात हेन्री फोर्ड यांच्या मॉडेल टी ची जाहिरात प्रवासाचे, वाहतुकीचे सर्वाधिक सुरक्षित व सोईचे वाहन अशी करण्यात आली. मग तिचा खप प्रचंड वेगाने वाढला. त्याचा केवळ फोर्डलाच फायदा झाला नाही, तर संपूर्ण अमेरिकन वाहतूक व्यवसायाचे व पर्यायाने अर्थव्यवस्थेचे स्वरूपच बदलले. डेव्हिड प्रॉक्टर या इतिहासकाराच्या मते, मानवी इतिहासातील गेल्या दोन शतकांतील महत्त्वाच्या आर्थिक घडामोडींचा विचार केल्यास, त्या सर्वांच्या मुळाशी असणारा सर्वाधिक गतिमान घटक जाहिरात हा होता, असे आढळून येते. मुक्त अर्थव्यवस्थेत जाहिरात हा प्रमुख घटक आहे; कारण मागणीची निर्मिती आणि उपभोगाची मात्रा वाढविण्याचे कार्य जाहिरातीच्या माध्यमातून शक्य होते.

जाहिरातीचे सामाजिक परिणाम

जाहिरातीचे सामाजिक परिणाम विविध स्वरूपाचे आहेत. जाहिरात हे माहिती प्रसारणाचे सर्वाधिक प्रभावी साधन आहे. योग्य माहिती, योग्य व्यक्तीला देण्यासाठी

कोणत्यातरी प्रसारमाध्यमाचा उपयोग करावाच लागतो. जी माहिती श्रोते, वाचक किंवा उपभोक्ते यांच्यापर्यंत पोहोचत नाही, वरवर पाहता ती निरुपयोगीच आहे, कारण तिचे उपयोगितामूल्य शून्य आहे.

जाहिरातदार वस्तू, सेवा आणि विविध कल्पना याविषयीची माहिती प्रसारित करतात, नव्या कल्पना व उत्पादनांशी ग्राहकांचा परिचय करून देतात, एखाद्या वस्तूचे विविध उपयोग कोणते याची जाणीव करून देतात. जाहिरातीने ज्ञानवृद्धी होते, जाणीव, चेतना आणि माहिती यांच्यात वाढ होते.

माहितीच्या प्रसारामुळे उपभोगाची सामाजिक लालसा वाढते. मागणीत वाढ होते. उपभोगाची पातळी वाढते. पर्यायाने समाजाच्या जीवनमानाचा स्तर उंचावण्यास मदत होते. 'ज्ञान हीच खरी शक्ती' हे विधान जाहिरातीच्या माध्यमातून खरोखरच सिद्ध करता येते.

जाहिरात ही वस्तूची उपलब्धता, किंमत आणि उपयोगिता याविषयीची माहिती सातत्याने देत असते. परिणामतः मागणीचे सार्वत्रिकरण होते. काळाबाजार, कृत्रिम मूल्यवाढ यावर नियंत्रण ठेवता येते. वितरणव्यवस्था कार्यक्षम झाल्याने किमतीत झपाट्याने घट होते. अनेक इलेक्ट्रॉनिक उपकरणांच्या लोकप्रियतेत जाहिरातीमुळे वाढ झाली. परिणामतः त्यांची मागणी वाढली. पर्यायाने त्यांच्या किमतीत मोठीच कपात झाल्याचे आढळून येते.

जाहिरात हे समाजपरिवर्तनाचे वैचारिक माध्यम आहे. अनेक महत्त्वपूर्ण संकल्पना समाजात रूढ करण्यात जाहिरातींचा मोठाच वाटा आहे. 'अपंगांना सहानुभूती नको तर सन्मानाची वागणूक हवी' हे सांगणारी जाहिरात किंवा अज्ञान आणि दारिद्र्य यांच्या विरोधात संघटितपणे लढा आवश्यक आहे हे सांगणारी प्रचारमोहीम, यांचा अनुकूल परिणाम वेळोवेळी जाणवतोच. 'उघडा तिची बंधनं, जिणं जगू द्या स्वाभिमानाचे' हे सांगणारी स्त्रीमुक्तीची जाहिरात यांचा अनुकूल प्रभाव होतो हे अमान्य करून चालणार नाही.

सामाजिक संस्था व उद्दिष्टांच्या विकासासाठी जाहिरात	
समाजहिताचे मुद्दे	*जाहिरात मोहिमेचे विशेष*
१. समाजहिताच्या योजना	रक्तदान
	सामाजिक वनीकरण
	कुपोषण प्रतिबंध
	मतदानासाठी प्रवृत्त करणे
२. शिक्षणविकास	शिक्षणात लिंगभेद नाकारणे
	विज्ञान शिक्षणाचा प्रसार
	प्रौढ साक्षरता
३. पर्यावरण शिक्षण	स्वच्छ व शुद्ध पाणी
	प्रदूषणमुक्त शहर
	जंगलांचे व वनसंपत्तींचे संवर्धन
४. लोकसुरक्षा	सुरक्षा पट्टा बांधा अभियान
	बाल गुन्हेगारी नियंत्रण
	मद्यपान नियंत्रण
	सावध व नियंत्रित वाहनचालन

दर्जेदार वस्तूचा वापर करा, नकली माल वापरू नका, केवळ प्रमाणित उत्पादने घ्या, यासाठी जी जाहिरात मोहीम राबविली जाते, तिचा अनुकूल प्रभाव ग्राहकांच्या मनोवृत्तीवर पडल्याचे त्यांच्यात झालेल्या योग्य बदलांमुळे लक्षात येतेच. शुद्ध पाणी, साक्षरता, छोटे कुटुंब, सार्वजनिक आरोग्य, राष्ट्रीय एकात्मता, वनसंरक्षण, पर्यावरण मैत्री यांसारख्या अनेक सामाजिक जिव्हाळ्याच्या विषयांवर जाहिरातीने परिवर्तनाची मोहर लावली आहे, हे तिचे मोठे योगदान आहे. यातूनच समर्थ आणि सशक्त समाजाची निर्मिती होत असते.

जाहिरातीने समाजाच्या उपभोगाच्या मात्रेत वृद्धी केली आहे. लोकांना नवीन उत्पादने आणि सेवा यांची माहिती होत आहे आणि त्यातूनच विविध समाजगटातील भेद, सामाजिक दरी कमी करण्यास मदत होत आहे. जिओ बोगार्ट यांनी याबाबत

अत्यंत मार्मिक टिप्पणी केली आहे.

"The attires of people we ought to consider attractive, the kinds of places we should want to live in, and the standards we should observe in our dress or way of speaking are all the result of a change that advertisement has brought."

जाहिरातींमुळे भारतात ग्रामीण, शहरी ही भेदात्मक दरी कमी होण्यास मोठीच मदत झाली आहे. ग्रामीण भागातील लोकांची नेहमीच मागासलेले आणि परंपरागत जीवन जगण्याची अपेक्षा गैर आहे. त्यांनासुद्धा महत्त्वाकांक्षा, आशा आणि कामनांचे जीवन जगणे गैर नाही. दर्जेदार उत्पादने व सेवा यावर केवळ शहरी नागरिकांचा अधिकार नाही, तर त्यांचा उपभोग घेण्याचा अधिकार ग्रामीण नागरिकांनासुद्धा आहे आणि हा अधिकार प्रत्यक्षात प्रदान करण्याचे कार्य जाहिरातींनी केले आहे. ग्रामीण भारतात एक मोठी बाजारपेठीय क्रांती करण्याचे कार्य जाहिरातींनी केले आहे. ग्रामीण जनतेची उपभोग प्रवृत्ती आणि जीवनमानाचा दर्जा यामध्ये जे परिवर्तन झाले आहे त्याचे वास्तविक कारण जाहिरात आहे, हे राम तरनेजा यांचे मत खचितच महत्त्वाचे आहे.

जाहिरातीचे हे अनुकूल प्रभाव लक्षात घेऊनच एस. व्ही. सेरेब्रिमा कोव्ह या सोविएत अर्थतज्ज्ञाने पुढील शब्दांत आपले मत व्यक्त केले आहे, "The general widening of knowledge of buyers about goods by means of advertising works as a positive influence on the simplification of merchandising."

जाहिरीतीचे जसे चांगले सामाजिक परिणाम होतात, तसेच विपरीत प्रभावपण लक्षात घेणे आवश्यक आहे. जाहिरातीच्या माध्यमातून सातत्याने एकसुरी आणि कंटाळवाणा प्रचार विक्रेत्यांद्वारे केला जातो. ग्राहकांवर आपल्या विचारांचा, कल्पनांचा पगडा बसावा यासाठी विशेष प्रयत्न केले जातात. त्यामुळे ग्राहकांच्या विचारस्वातंत्र्यावर आणि स्वतंत्रपणे उत्पादननिवडीच्या अधिकारावर मोठ्याच मर्यादा येतात. जाहिरातदार जे काही सांगतात ते सर्वच चांगले आहे, योग्य आहे अशी अयोग्य विचारधारा ग्राहकांवर राज्य करू लागते आणि त्यांचे मन, मत आणि निवडीचे अधिकार यांना बंदिस्त करण्यात जाहिरातदार यशस्वी होतो.

काही ठराविक उत्पादने व सेवा यांची वास्तविक गरज नसतानाही त्यांची आभासी गरज (quasi need) विक्रेता जाहिरातीच्या माध्यमातून निर्माण करतो. ठराविक उत्पादन न खरेदी करणे हे मागासलेपणाचे, बुरसटलेल्या विचारांचे लक्षण आहे असे भासवण्यात तो यशस्वी होतो. काही सेवा, उत्पादने, वस्तू यांची खरेदी न करणे

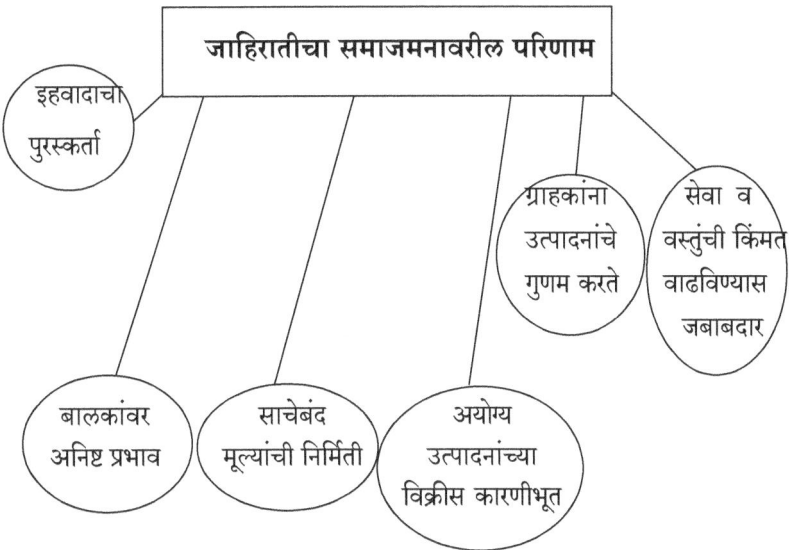

सामाजिक स्तर कमी दर्जाचा आहे, किंवा कनिष्ठ आर्थिक-सामाजिक वर्गात राहणाऱ्या व्यक्तींचे लक्षण आहे असेही तो दाखवण्यात यशस्वी होतो. परिणामत:, आपली आर्थिक ऐपत नसतानादेखील ग्राहक ते उत्पादन / सेवा, वस्तू यांची खरेदी करतात, आणि मग ते कर्जाच्या बोज्याखाली सापडतात. अशा प्रकारे ग्राहकांना खोट्या प्रतिष्ठेच्या नादी लावणे म्हणजे त्याचे सामाजिक व मानसिक शोषणच आहे.

जाहिरातींचा वापर राजकीय मतपरिवर्तनासाठीदेखील मोठ्या प्रमाणावर करण्यात येत आहे. मतदारांनी ठराविक राजकीय पक्षाला, विचारसरणीला स्वीकारावे किंवा विशिष्ट तत्त्वज्ञान मान्य करावे याकरिता जाहिरात व प्रसारमाध्यमांचा अत्यंत प्रभावीपणे वापर केला जात आहे. १९८४ या जॉर्ज ऑर्वेल यांच्या कादंबरीत प्रसारमाध्यमे माणसांचे जीवन किती दुष्कर करू शकतात, याचे अत्यंत दाहक चित्रण करण्यात आले आहे. दृक्-श्राव्य माध्यमे, मुद्रित माध्यमे यांचा अत्यंत चातुर्याने आणि कुटिल हेतू ठेवून ठराविक तत्त्वज्ञान, विचारसरणी यांचा प्रचार किंवा विरोध करण्यासाठी प्रयोग जाहिरातदार करू शकतो. एक प्रकारे आजचा नागरिक प्रसारमाध्यमे आणि जाहिरात-तंत्राच्या विविधतेचा, प्रभावाचा गुलाम झाला आहे. तो विचारशक्ती गमावलेला, यंत्रवत वृत्तीचा गुलाम आहे. त्याचे सामाजिक स्वातंत्र्य प्रसारमाध्यमांच्या पदरी गहाण पडले आहे. त्याच्या स्वयंप्रज्ञेने वस्तू, सेवा निवडण्याची वृत्ती यावर अंकुश आहे प्रसार-माध्यमांचा. त्याच्या जीवनावर स्वच्छंद जगण्यावर आता ताबा आहे एका तटस्थ, अदृश्य पण प्रभावी माध्यमयंत्रणेचा आणि या यंत्रणेचा उदय झाला आहे.

❑❑

६

मायाजालाची विविध रूपे

In advertising to not be different is virtually suicidal

William Bernbach

ग्राहकांना संभ्रमात पाडण्यासाठी, त्यांना ठराविक उत्पादनाबाबत आकर्षित करण्यासाठी विक्रेते अनेक तंत्रांचा वापर करतात. ही तंत्रे सतत बदलत असतात. बाजारपेठेचे आणि उत्पादनाचे स्वरूप व ग्राहकांची मन:स्थिती व आर्थिक क्षमता लक्षात घेऊन या तंत्रात परिवर्तने केली जातात. स्वप्नाचे सौदागर जाहिरातदार ग्राहकांनी ठराविक उत्पादनांकडे आकर्षित व्हावे याकरिता नावीन्याचा, भावनांच्या उद्रेकाचा कौशल्याने वापर करतात. म्हणूनच जाहिरातीतील आणि विक्रयतंत्रातील नावीन्य हे ग्राहकांना मोहात पाडण्यात यशस्वी होते. त्यात भावना, ईर्ष्या, इच्छा, गरज, आवड आणि जबरदस्त महत्त्वाकांक्षा यांचे अपूर्ण मिश्रण झालेले असते.

जाहिरातीमध्ये ग्राहकांना फसविण्याची क्षमता असते

वस्तू किंवा सेवांच्या विक्रयवृद्धीसाठी विक्रेत्याने प्रयत्न करणे स्वाभाविक आहे. त्यासाठी त्याने आपल्या उत्पादनाची जाहिरात करणे आणि ग्राहकांना आकर्षित करणे हा एक स्वाभाविक स्वरूपाचा व्यवसाय आहे. परंतु अत्यंत भडक रंगसंगतीचे वेष्टण वापरणे, स्त्रियांच्या अनावृत्त शरीराचे प्रदर्शन करणे, उत्पादनांच्या विविध वैशिष्ट्यांकडे ग्राहकांचे लक्ष वेधणे आणि त्याला मोहात पाडणे हा विक्रेते आणि उत्पादकांचा महत्त्वाचा कार्यक्रम आहे.

सामान्यपणे ग्राहकांना फसविण्यासाठी, आकर्षित करण्यासाठी विक्रेता विविध तंत्रांचा वापर करतो :

- उत्पादनांच्या ठराविक वैशिष्ट्यांवर विशेष भर देणे.
- उत्पादनात नसणाऱ्या गुणांचीदेखील प्रसिद्धी करणे.
- अवास्तव स्वरूपाची आश्वासने देणे.
- अद्भुत आणि विचित्र वाटणारे दावे करणे.
- काहीतरी नवीन देत आहोत असे सांगणे.
- यापूर्वीच्या कोणत्याही उत्पादनात ही सुविधा नव्हती असा दावा करणे.
- भारतात प्रथमच हे उत्पादन उपलब्ध करून देण्याचा दावा करणे.
- आंतरराष्ट्रीय दर्जाचे, विशिष्ट मानकाचे उत्पादन निर्माण करीत आहोत असा दावा करणे.
- या उत्पादनाचा हा नवा उपयोग आहे असे सांगणे.
- ग्राहकांना समजणार नाही अशा तांत्रिक किंवा रासायनिक घटकांची विशेष जाहिरात करणे.

सेलचा विळखा

सामान्य ग्राहक हा मूलतः कोणत्याही प्रकारच्या प्रलोभनाला त्वरित बळी पडतो. त्वरा करा, विक्रीमध्ये भव्य सूट हे आश्वासन त्याला विक्रीसाठी मानसिकरीत्या दबावाखाली आणते.

५०% सूट यामध्ये प्रत्यक्षात ५०% पर्यंत सूट असे अभिवचन असते. म्हणजेच ही सूट २% पासून ५०% पर्यंत कितीही असू शकते. या दुकानांतील बहुसंख्य वस्तूंवर केवळ २% ते १०% सूट असते आणि अगदी मोजक्या, फारशा उपयुक्त नसणाऱ्या वस्तूंवर मात्र ३०% ते ५०% सूट असते. ग्राहकांच्या मानसशास्त्राचा अभ्यास केल्यास असे आढळते की, एकदा दुकानात गेल्यानंतर मग ग्राहक सहसा वस्तू खरेदी केल्याशिवाय परत येत नाही. अशाप्रकारे या सेलच्या विळख्यातून त्याची सुटका होत नाही. सेलची पकड त्याच्या मनाभोवती हळूहळू पण घट्ट होत जाते.

सेलच्या या जाहिराती अत्यंत आकर्षक असतात, सातत्याने देण्यात येतात आणि ग्राहकांचे लक्ष वेधून घेणाऱ्या असतात. सेलच्या या विळख्यातून ग्राहकांची सहसा सुटका होत नाही.

अस्पष्ट अथवा अत्यंत लहान अक्षरांतील अटी व शर्ती

प्रत्येक नवीन उत्पादनावर रु. १००/– ची भव्य सूट असा मथळा असणाऱ्या जाहिरातीच्या खाली 'अटी लागू' असे नमूद करणारे कलम असते. म्हणजेच, वास्तवात या मथळ्यात जे नमूद केले आहे ते पूर्णतः खरे नाही असे अप्रत्यक्षपणे जाहिरातदाराचे

मान्य केले असते. परंतु ग्राहक ह्या लहान अक्षरांनी अटी व शर्तींच्या कलमांकडे कळत-नकळत दुर्लक्ष करतात आणि आपसूकच विक्रेत्याच्या जाळ्यात फसतात.

प्रसिद्ध आणि लोकप्रिय व्यक्तीचा दुरुपयोग

लोकमत हे प्रसिद्ध आणि लोकप्रिय व्यक्तीच्या मताने बरेचदा प्रभावित होते. 'महाजनो येन गतः स पंथः' हे विधान प्रमाण मानून अनेक लोक त्याचे अंधानुकरण करतात. या प्रसिद्ध लोकांची जीवनशैली, कार्यपद्धती आणि आवडीनिवडी यांचा त्यांच्या चाहत्यांवर आणि इतर सामान्य जनतेवरदेखील प्रभाव पडतो.

जाहिरातदारांनी ही बाब अचूकपणे हेरली आहे. क्रिकेटवीर, अभिनेते, नट, नट्या, खेळाडू, लोकनेते, शास्त्रज्ञ या सर्वांचा जनमानसांवरील पगडा लक्षात घेऊन त्यांच्या माध्यमातून आपली उत्पादने ग्राहकांनी घ्यावीत, यासाठी आग्रह धरणे, हे तर नित्याचेच आहे. गावसकरने माल्टोवा, कपिल देवने पामोलिव किंवा तेंडुलकरने पेप्सीची जाहिरात करणे यात त्या उत्पादनांची वैशिष्ट्ये महत्त्वाची नसतात, तर सर्व भर त्या अभिनेता किंवा क्रीडावीरांच्या व्यक्तिमत्त्वावर असतो. पौष्टिक पेये, चहा, कपडे, साबण, शांपू आणि सुगंधी द्रव्ये या सर्वांच्याच विक्रीसाठी हे तंत्र वापरण्यात येते. या सर्व उत्पादनांची गुणवत्ता, उपयुक्तता आणि किंमत यातील संबंध विसरून ग्राहक ती उत्पादने विकत घेतो आणि त्याची अप्रत्यक्षपणे फसवणूकच होते.

डॉक्टर्स, इंजिनिअर्स आणि व्यावसायिक सल्लागार यांचा वापर करून ठराविक विचार किंवा मत शास्त्रीय आहे असे ग्राहकांच्या मनांवर बिंबवणे, हे दुसरे मोहजाल तंत्र आहे. ठराविक टूथपेस्ट किंवा शक्तिवर्धक दर्जेदार आहे. ठराविक रंगच योग्य आहेत कारण त्यांचे समर्थन तज्ज्ञांद्वारे केले जाते. यात बरेचदा वास्तविक तर्काचा, सत्याचा आधार नसतो. शेरी लुईस या कंपनीने आपल्या सेवांची जाहिरात करण्यासाठी डॉक्टरचा मॉडेल म्हणून वापर केला. प्रत्यक्षात हा डॉक्टर त्या कंपनीचा लेखापाल होता. या जाहिरातीवर ग्राहक चळवळीच्या कार्यकर्त्यांनी आक्षेप घेतल्यावर मग कंपनीने ती जाहिरात मागे घेतली. प्रयोगशाळा, संशोधन केंद्राच्या पार्श्वभूमीवर दाखविण्यात येणाऱ्या यापैकी बऱ्याच जाहिराती भ्रम निर्माण करतात. तज्ज्ञांचे मत, डॉक्टर किंवा विशेष ज्ञान असणाऱ्यांचे मत हा विचार ग्राहकांना मोहात पाडतो आणि त्यात नागरिकांना लुबाडण्यात कंपन्या यशस्वी होतात.

स्त्रियांनो,
तुमच्च्या पाठीत दुखते काय
ही कदाचित किडनीच्या आजाराची सुरुवात असेल.

स्त्रियांनो,
स्तनातील कोणतीही गाठ कॅन्सर असू शकते याची जाणीव ठेवा.
फक्त एकच उपाय
आमच्या दिव्य औषधी घ्या.
१००० पौंडाचे रोख बक्षीस ! हमखास उपायाची हमी !

(१९४० मधील लेडीज होम जर्नलमधील जाहिरात)

प्रकृतीचा दृष्टिकोन : नाजूक आणि जिव्हाळ्याचा

'तुमचे आरोग्य तुमच्या हाती' असे आजचे विक्रेते ग्राहकांना अनेक प्रकारे पटवून देतात. चांगले आरोग्य प्रत्येकालाच हवे असते. त्याची कामना हे 'युनिव्हर्सल अपील' आहे. सशक्त, आकर्षक आणि उमदे व्यक्तिमत्त्व प्रत्येकालाच हवे आहे. आरोग्याबाबत मानवी संवेदनक्षम मनाला जाहिरातदारांनी वेगवेगळ्या प्रकारे वापरणे सुरू केले.

सिंथेटिक आरोग्य संवर्धक पेये आणि त्वरित इलाज करणाऱ्या रामबाण औषधांचा मोठा प्रचार सुरू झाला आहे. एका व्हिटॅमिन विकणाऱ्या कंपनीने केलेल्या जाहिरातीनुसार त्यातील मॉडेल म्हणतो "दररोज मी तांबे खातो" आणि त्यानंतर तो धावती बस पकडतो. प्रत्यक्षात अन्नात तांब्याचे प्रमाण अत्यल्प असते. त्याचा अशा प्रकारे शक्तिवर्धनावर प्रभाव पण होत नाही. फार जास्त व्हिटॅमिन्स घेण्याने माणूस लवकर सशक्त होत नाही. संशोधनांनी हे सिद्ध केले आहे की, व्हिटॅमिन्स किंवा प्रोटिन्स अधिक मात्रेने घेतल्यास, शरीर त्याचा वापर करीत नाही आणि ते परस्परच निघून जातात. सॅण्डोज कंपनीने गोळ्यांची जाहिरात करताना १००० मि.ग्रॅम व्हिटॅमिन सीची गोळी असे आपले वैशिष्ट्य सांगितले; परंतु प्रत्यक्षात मनुष्याला एका वेळी अधिकतम ३०-६० मि. ग्रॅमपेक्षा जास्त व्हिटॅमिन सी चा लाभ होत नाही. बाकी वाया जाते, शरीर संग्रहण करीत नाही. वर्ल्ड हेल्थ ऑर्गनायझेशनच्या एका पाहणीनुसार व्हिटॅमिन औषधाच्या ४०० हून अधिक लोकप्रिय उत्पादनांपैकी किमान २५० तर पूर्णतः निरुपयोगी आहेत. केवळ प्रभावी जाहिरात आणि आकर्षक संदेशाच्या माध्यमातून त्यांची विक्री होत आहे.

कॅल्शियम टूथपेस्टच्या जाहिरातीच्या संदर्भात पण हेच सांगता येईल. प्रत्यक्षात कॅल्शियमची शरीराला असणारी गरज दूध आणि इतर अन्नपदार्थांतूनच पूर्ण होते. टूथपेस्टमधील अत्यल्प आणि फार कमी वेळा वापरले जाणारे कॅल्शियम याबाबत फारसे प्रभावी नाही. तसेच कॅल्शियम टूथपेस्टने सर्व प्रकारचे दातांचे रोग, दातांमधील पोकळ्या दूर होतात हा दावा बरोबर नाही. परंतु सातत्याने व प्रमाणाबाहेर जाहिरात करून जाहिरात कंपन्या लहान मुलांना आणि आयांना मोहात पाडतात.

पेनांग येथील ग्राहक संघटनेने केलेल्या पाहणीनुसार मुलांना ताजा रस, ताजी फळे आणि नैसर्गिकरीत्या सकस आहार यांचे आकर्षण राहिलेले नाही. कारण सिंथेटिक वस्तू अन्न, खाद्यपेयांच्या जाहिरातींमुळे त्यांची मानसिकता वेगळ्याच प्रकारची झाली आहे. मार्गारिनचे सत्त्व असणाऱ्या एका खाद्यपेयाच्या जाहिरातीमध्ये कंपनीने दावा केला की, यामुळे फॅटस् आणि कॅलरीजचे प्रमाण कमी होते. प्रत्यक्षात मार्गारिन फॅटस् आणि कॅलरीजचे प्रमाण वाढवते. प्रोटीनबाबतही असेच दिशाभूल करणारे दावे करण्यात येतात. भरपूर प्रोटीन असणाऱ्या खाद्यपेयाच्या जाहिरातीत, प्रत्यक्षात प्रोटीन कमी असते; पण मोहक जाहिरातीचा भडकपणा जास्त असतो. यापेक्षा अधिक प्रोटीन आपणास नैसर्गिक अन्नापासूनच मिळू शकते. प्रोटीन शांपूमुळे केसांचे सौंदर्य आणि आरोग्य वाढते हा दावा वैद्यकीय तपासण्यांमध्ये खोटा असल्याचे आढळले आहे; पण मोठ्या प्रमाणावर ग्राहकांची दिशाभूल करणाऱ्या अशा आशयाच्या जाहिराती मात्र सर्वत्र आढळून येतात.

सौंदर्याचा व्यापार

शरीरस्वास्थ्याप्रमाणेच सौंदर्य आणि आकर्षकपणा हा मनुष्यस्वभावाचा दुसरा कमकुवत दुवा आहे. विक्रेत्याला हमखास यश मिळवून देणारे अभिवचन म्हणून सौंदर्य या आवाहनाचा वापर विक्रेते करतात. सौंदर्य प्रसाधने, अत्तर, कपडे, आभूषण, क्रीम्स आणि शांपू व तेले यांच्या जाहिराती सौंदर्याच्या खोट्या अभिवचनाने परिपूर्ण असतात.

तुम्ही या क्रीमच्या वापराने अधिक तरुण दिसाल, हा सुगंधी साबण तुमच्या वयाचा पत्ताही लागू देणार नाही, अशा प्रकारचे आश्वासन सत्याचा अपलाप करणारे असते. यामध्ये व्हिटॅमिन आहे त्यामुळे तुमची त्वचा कायम तरुण भासेल, हा दावा खरा नाही. चेहऱ्यावरील सुरकुत्या दूर करणारे अंजन आणि औषध खरोखर तसे कोणतेही कार्य करू शकत नाही. त्याचा परिणाम अत्यंत तात्पुरता आणि केवळ त्वचेच्या ठराविक भागापुरताच मर्यादित असतो.

त्वचेचा रंग नैसर्गिक घटक ठरवतात आणि त्यात कोणताही कायमस्वरूपी बदल संभवत नाही. तरीही '१५ मिमिट में गोरी गोरी' हा फेअर ॲण्ड लव्हलीचा दावा खरा

वाटतो. ड्रग्ज अ‍ॅण्ड कॉस्मेटिक्स अ‍ॅक्टच्या ९६ व्या नियमाप्रमाणे, वास्तविकतेशी फारकत असणारा कोणताही दावा करणे दंडनीय आहे.

अयोग्य व असत्य तुलना

काही जाहिरातींमध्ये हेतुपुरस्सरपणे तुलनात्मक विवेचन केले असते. ही तुलना विवेक व वास्तवाला धरून असेलच असे नाही. काहीवेळा इतर उत्पादनांमध्ये नसणारे गुण किंवा वैशिष्ट्य हेरून जाणून बुजूनच त्या निकषांवर दुसऱ्या उत्पादनांची तुलना केली जाते हे गैर आहे. अशाप्रकारची तुलना करणारी जाहिरात ग्राहकांची दिशाभूल करते.

मोफत आणि स्वस्तचा दावा

फुकट आणि विनामूल्य याबाबतचे आकर्षण प्रत्येकालाच आहे. काहीतरी विनामूल्य मिळणार आहे असा दावा केला की ग्राहक मोहात फसतात, ही बाब अल्लाउद्दीनच्या काळापासूनची आहे. 'जुने देऊन नवे घ्या' असे म्हणणारी जाहिरात म्हणजे प्रचंड मृगजळ आहे.

या मोफत प्रकारात खालील आश्वासनांचा समावेश होतो :

१) ४०० ग्रॅमच्या जारवर एक चमचा फुकट.

२) एकाच वेळी दोन नग खरेदी केल्यास एक मोफत.

३) मोठ्या आकाराच्या (१ कि.-५ कि.) सोबत xxxxx विनामूल्य.

४) सिंगापूरचा प्रवास निवडक भाग्यवंतांना मोफत.

५) ठराविक पंचतारांकित हॉटेलमधील निवास मोफत.

६) एका ठराविक कंपनीचे उत्पादन घेतल्यास त्याच्या दुसऱ्या खरेदीवर सूट.

७) उत्पादनाची वेष्टणे किंवा लेबलच्या १०-२० प्रती सादर केल्यास, एक नवे ठराविक उत्पादन एकदम मोफत.

या सर्व दाव्यांतील सत्यता पडताळून पाहण्यासारखी आहे. १९८५ मध्ये, फूड स्पेशालिटीज लिमिटेड या कंपनीने आपल्या २०० ग्रॅम कॉफीबरोबर एक जार मोफत देण्याची घोषणा केली. त्याची MRTP कमिशनने तपासणी केल्यावर अगोदरच कंपनीने आपल्या उत्पादनाची किंमत वाढविली होती असे आढळले. हिंदुस्थान मोटर्सने आपल्या Nova ambassator बरोबर ३ अतिरिक्त सेवा मोफत देण्याची घोषणा केली. प्रत्यक्षात त्या सेवा मोफत नव्हत्या आणि ग्राहकांकडून त्याची अगोदरच किंमत वसूल केल्याचे आढळले.

अंकल चिप्सबरोबर एक कागदाचे पॅड मोफत देण्याचे कंपनीने आश्वासन दिले. प्रत्यक्षात या पॅडमध्ये केवळ दोनच पाने होती. (कंपनीने पॅडमध्ये पानांची संख्या किती हे नमूद केले नव्हते असा तिचा दावा आहे.) मॅगी नूडल्सने एक आकर्षक टी शर्ट

देण्याचे वचन दिले; पण प्रत्यक्षात अनेकांना हा टी शर्ट मिळालाच नाही आणि दिलेला टी शर्ट अत्यंत हलक्या दर्जाचा होता. (कंपनीच्या मते टी शर्टचा दर्जा कोणता राहील याची आम्ही हमी दिली नव्हती.) डोलॉप आइस्क्रीमने आपल्या आइस्क्रीमचे रिकामे डबे आणणाऱ्या व्यक्तीला आकर्षक पुरस्कार देण्याची योजना जाहीर केली. त्यामध्ये डब्याच्या आकारानुसार गुणांक मिळणार होते. परंतु या आकर्षक वस्तूमध्ये डोलाप्स उत्पादनांचा समावेश नाही हे वाक्य अत्यंत बारीक अक्षरात कंपनीने लिहिले होते हे वाचकांना कळले नाही आणि त्यात अनेक लहान मुलांची फसवणूक झाली. या सर्व योजनांवर अहमदाबादच्या CERC या संस्थेने पुढीलप्रमाणे आक्षेप घेतले आहेत:

◆ यामध्ये ग्राहकांना अनेक एककांचा (Units) संग्रह करावा लागतो. त्यामुळे अनावश्यक उपभोगाचे प्रमाण वाढते.

◆ लहान मुले आणि तरुणांना तर बरेचदा अगदी उकिरडे फुंकण्याचे काम करावे लागते (१० सिगरेट पाकिटांवर – एक आकर्षक पोस्टर फुकट)

◆ वस्तूबाबत एक खोटे आणि गैरसमजावर आधारित मत ग्राहकांच्या मनांत निर्माण होते.

अंदाजपत्रकाचा खेळ खोटा ! अंदाजपत्रकापूर्वी खरेदी करा आणि बचत करा असा दावादेखील बरेचदा विक्रेते करतात. प्रत्यक्षात अंदाजपत्रकात किमती वाढणार आहेत किंवा नाही याचा त्यांनापण अंदाज नसतो. प्रत्येक वर्षी फेब्रुवारी महिन्यात अंदाजपत्रकाच्या उत्सवाची जाहिरात त्वरित खरेदी करा असे सांगत असतात आणि त्यात लक्षावधी ग्राहकांची फसवणूक होते. बरेचदा तर बजेटपूर्व (Pre-Budget Price Offer) असे आकर्षक अभिवचन देऊन जाहिरात देण्यात येते.

विक्रयतंत्रातील जादूगिरी आणि हातचलाखी

विक्रयतंत्राचा कौशल्याने वापर करून विक्रेता ग्राहकांना अनेक न पटणाऱ्या गोष्टी त्यांच्या गळी यशस्वीपणे उतरवितो. वार्षिक क्लिअरन्स सेल, दिवाळी किंवा ख्रिसमसच्या निमित्ताने विशेष सवलत, या सर्वांचा याच श्रेणीत समावेश होतो. सामान्यपणे विक्रयतंत्राचा हा वापर पुढीलप्रमाणे करून ग्राहकांची विक्रेता फसवणूक करीत असतो:

१) विशेष सेल, दिवाळी सेल यामध्ये जुना किंवा कालबाह्य झालेला माल विक्रीस काढलेला असतो.

२) डिस्काउंट सेल यामध्ये दुय्यम दर्जाचा, किंचित दोष असणारा आणि जुनाट माल विक्रेता विक्रीस काढतो. त्यातून त्यावर दिला जाणारी वजावट फार मामुली असते.

३) डिस्काउंट बाय ः काही वेळा मुख्य उत्पादनावर मोठी सवलत देण्यात येते,

पम त्यासोबतच्या साहित्याची मोठी किंमत आकारण्यात येते. काही वेळा हा डिस्काउंट कराची रक्कम न सांगता घोषित केलेला असतो. प्रत्यक्ष कर आणि खर्चाची रक्कम जमेस धरता हा डिस्काउंट मात्र मर्यादित असतो. फर्निचर, साउंड सिस्टिम टीव्ही यामध्ये हा अनुभव अनेकदा येतो.

४) भाग्यवान ग्राहक योजना : काही विक्रेते आपल्या वस्तूची विक्री वाढावी यासाठी ठराविक क्रमांक असणारे देयक असणारा ग्राहक भाग्यवान राहील, त्याला सिंगापूर, युरोप वगैरेची सहल मोफत अशी आश्वासने देतात. तर काही वेळा सोने, दागिने, फ्रीज, टी.व्ही., कार यासारख्या मौल्यवान वस्तूंचे प्रलोभन दाखविण्यात येते. प्रत्यक्षात या योजनेचा तपशील व नियम लक्षात घेता क्वचितच कोणी ग्राहक भाग्यवान असतो. कारण त्याला अनेक प्रश्नांची उत्तरे द्यावी लागतात. एक आकर्षक घोषणा-वाक्य किंवा मला ठराविक उत्पादनच का आवडते याबाबत स्पष्टीकरण द्यावे लागते. तसेच या सर्व अटींची पूर्तता करणाऱ्या ग्राहकांमध्ये पुन्हा लकी ड्रॉ काढण्यात येतो. परिणामत: उत्पादनाची विक्री अनेक पटीने वाढते, प्रत्यक्षात बक्षिसाची रक्कम मात्र अल्पच राहते. काही वेळा अशा प्रकारच्या बक्षिसाची वस्तू प्राप्त करण्यासाठी पोस्टेज आणि इतर खर्चापोटी मोठी रक्कम पुन्हा एकदा विक्रेता मागतो.

हमी आणि गॅरंटी मोहपाश

काही उत्पादक आपण ७ वर्षांची, १० वर्षांची हमी देत आहोत किंवा पैसे परतीची हमी देत आहोत असे आश्वासन देतात. नवीन वस्तू बदलून मिळेल (Replacement Bond) असे वचन देतात. प्रत्यक्षात या सर्व हमी देणाऱ्या जाहिरातीत हमीबाबतचे नियम स्पष्टपणे दिलेले नसतात. ते वस्तू खरेदी केल्यावर किंवा करताना ग्राहकास माहीत होतात. काही वेळा त्या नियमांचा, तरतुदींचा अर्थ न समजल्यामुळे आणि त्याबाबत लक्ष न दिल्याने ग्राहकाचा अपेक्षाभंग होतो. वर रक्कम जादा द्यावी लागते. वॉरंटीबाबतचे नियम समजूनसुद्धा आता इतर दुकानात तरी आणखी काय वेगळे असेल? असा विचार करून हताश ग्राहक आपला वस्तूखरेदीचा निर्णय कायम करतो.

वारंवारितेचा प्रभाव

एखादी जाहिरात एकाच मासिकात वारंवार दिल्यास तिचा ग्राहकांच्या मनोवृत्तीवर विलक्षण प्रभाव पडतो. तीच जाहिरात वारंवार नजरेस पडल्याने ते उत्पादन निःसंशय चांगले आहे असा ग्रह होतो आणि त्यातूनच त्याची खरेदीविषयक उत्सुकता चाळविली जाते. वर्तमानपत्राच्या एकाच पुरवणीत एकाच उत्पादनाची ४ वेळा, किंवा एकाच

मासिकात ७-८ वेळा जाहिरात देऊन ग्राहकांचे लक्ष वेधता येते. दूरदर्शनवर अनेक कार्यक्रम प्रायोजित करून हाच परिणाम साधता येतो.

बालकांवर विपरीत परिणाम करणाऱ्या जाहिराती

लहान मुलांची मने संस्कारक्षम असतात. ज्या गोष्टी त्यांना पटकन आवडतात, समजतात, अशा गोष्टींच्या माध्यमातून उत्पादनाची जाहिरात केल्यास त्यापासून मोठी बाजारपेठ हाती लागेल, हा विक्रेत्यांचा विचार अस्सल व्यापारीवृत्तीचे निदर्शक आहे. लहान मुलांना स्वतंत्र आणि विवेकाने विचार करण्याची क्षमता मर्यादित असते. त्यांना प्रत्येक उत्पादनाचे फायदे-तोटे काय आहेत हे कळत नाहीत. त्याचा लाभ जाहिरातदार अनेक प्रकारे घेतात. लहान मुलांच्या मनांवर झालेला प्रभाव कायमस्वरूपाचा असतो. त्यातून निष्ठावान ग्राहक तयार होतात.

दूरदर्शनवरील लहान मुलांचे कार्यक्रम, चित्रपट, प्रायोजित मालिका या सर्वांमधून उत्पादनांची वारंवार जाहिरात करून, बालकांना मोहित करता येते.

त्यांच्या आवडीचे सिनेकलाकार, काल्पनिक पात्रे (मिकी, डोनाल्ड, शक्तिमान, वगैरे) यांना ठराविक उत्पादने वापरताना दाखवून किंवा ठराविक उत्पादने वापरण्याचा सल्ला देताना दाखवून खेळणी, मनोरंजनाचे साहित्य यांच्या विक्रयवृद्धीसाठी प्रसिद्ध नट, खेळाडू यांचा वापर, आकर्षक घोषणा, गाणी, चित्रपटातील प्रसंग यांचाही कल्पकतेने वापर करण्यात येतो. काही वेळा लहान मुलांनाच जाहिरातीमधील मध्यवर्ती पात्र बनवून त्यांना ठराविक पेय, खेळणी, वस्तू विकत घेण्यासाठी मोहात पाडले जाते.

वडील किंवा आईला टारगेट करून लहान मुलांना ठराविक उत्पादनासाठी हट्ट करण्यासाठी प्रलोभन दाखविणाऱ्या जाहिराती कमी नाहीत. तसेच वडील किंवा आई ठराविक ब्रॅण्डचे उत्पादन आणतात म्हणून खूश होणारी मुलेही विविध जाहिरातींत असतात. ठराविक मुलांचे वडील चांगले कारण ते मुलांकरिता विशिष्ट प्रकारचे, ब्रॅण्डचे उत्पादन आणतात ही जाहिरात खरे तर सर्वाधिक आक्षेपार्ह आहे; पण त्याकडे फारसे गांभीर्याने कोणी पाहत नाही. वडील किंवा आईचे प्रेम हे ते कोणत्या वस्तू घेऊन देऊ शकतात या आर्थिक क्षमतेवर मोजणे गैर आहे.

अतिरिक्त प्रचारातिरेक : काही उत्पादनांची वारंवार जाहिरात करून उत्पादक ग्राहकांना एक प्रकारे मानसिक गुलाम करीत असतो. मल्टिनॅशनल मॉनिटर या राल्फ नाडर यांच्या मासिकात याबाबतचे एक विचार करण्यासारखे उदाहरण दिले आहे. व्हाइटल कम्युनिकेशन या कंपनीने आफ्रिकेतील अनेक शाळांना टीव्ही, डिश अँटेना व

व्हिडिओ रेकॉर्डर फुकट दिलेत. या मोबदल्यात त्या प्रत्येक शाळेला दररोज १२ मिनिटे व्हाइटलचे कार्यक्रम दाखविणे अनिवार्य आहे. ६.५ दशलक्ष मुलांना हे कार्यक्रम दररोज पाहावयाचे आहेत. त्यात २ मिनिटे व्हाइटलची जाहिरात आहे.

काही उत्पादनांची विक्री वाढविण्यासाठी आता अत्यल्प किमतीत अशी वारंवार जाहिरात करण्यात येते. पण येथे अत्यल्प म्हणजे किती कमी, हा प्रश्न ग्राहक विचारत नाहीत. पूर्वीपेक्षा कितीतरी कमी किंमतीत ! असे घोषवाक्य पाहिल्यावर पूर्वीची आणि आताची किंमत तुलना करण्यासाठी कोणतीही माहिती विक्रेता उपलब्ध करून देत नाही. आता केवळ रु.९९/- अशी जाहिरात करताना पूर्वीच्या किमतीत किती घट झाली आहे, हे आपण लक्षात घेत नाही.

बरेचदा खालील प्रकारच्या घोषणांच्या अतिरेकाने ग्राहक मोहात पडतो :

१) केवळ रु. ९९/-

२) फक्त रु. १६/- ला दोन

३) आजची किंमत रु. १०/-

४) सुपर ऑफर रु. ४९/-

५) सुधारित आवृत्ती केवळ रु. २१/-

६) With SHT, AOT,GII यासारख्या तांत्रिक शब्दांचा ग्राहकांवर विपरीत परिणाम होतो.

७) २२% अधिक क्षमता

८) ४०% जास्त स्वच्छता

९) ७०% जास्त बचत.

खरे पाहिले तर सर्दी किंवा पडशावर खात्रीलायक इलाज नाही; पण जाहिरातींच्या अतिरेकाने दरवर्षी अब्जावधी रुपयांच्या औषधांची विक्री होते. इंडियन ॲण्ड ईस्टर्न न्यूजपेपर सोसायटीने १९८५ मध्ये आपल्या सदस्यांना या संदर्भात केलेली विनंतीवजा सूचना लक्षात घेण्यासारखी आहे. कोणत्याही मासिकाने, वृत्तपत्राने अशा वस्तूची जाहिरात करू नये, ज्यामुळे ग्राहकांची, वाचकांची दिशाभूल होईल, त्याला नको ती आणि अनावश्यक उत्पादने खरेदी करण्यासाठी बाध्य करण्यात येईल किंवा जाहिरातींचा दर्जा प्रचलित नैतिक मूल्यांना काळिमा फासणारा असेल. प्रत्यक्षात या आवाहनाकडे कोणाचेही फारसे लक्ष गेलेले नाही.

अपायकारक उत्पादनांची आणि अयोग्य वस्तूंची जाहिरात

भाग्यवान खडे (Lucky Stones), हमखास यश देणारे ताईत, दुर्धर रोगांवर रामबाण उपाय असणारे औषध यांच्या जाहिरातीचा अयोग्य वस्तूंच्या श्रेणीत समावेश होतो. तसेच वस्तूबाबत खोटी, भ्रमकारक माहिती देणारी जाहिरातदेखील अयोग्यच आहे. Made in Japan किंवा Made in USA असे सांगून फसवणारी जाहिरात उत्पादनाविषयी खरी माहिती देत नाही. दारू, तंबाखू, गुटका, मादक पेये, सिगारेट यांच्या जाहिरातींवर कडक निर्बंध आहेत. त्यांचे उत्पादन करणाऱ्या कंपन्यांना याची जाणीवपण आहे, तरीही प्रत्यक्ष अप्रत्यक्षपणे या वस्तूची जाहिरात सातत्याने करण्यात व ग्राहकांना मोहात पाडण्यात या कंपन्या यशस्वी होतातच. विविध सांस्कृतिक कार्यक्रमांचे प्रायोजक होणे, संगीत मैफिली, जलसे आयोजित करणे, क्रिकेट व इतर क्रीडास्पर्धांचे आयोजन यामध्ये सहभागी होऊन या कंपन्या ग्राहकांना मोहात पाडतात. आपली छाप त्याच्या मनावर पाडण्यात यशस्वी होतात. मायकेल पेसर्क या अमेरिकन सिनेटरच्या प्रयत्नामुळे सिगारेटची जाहिरात ही धोकादायक, फसवी आणि ग्राहकांची दिशाभूल करणारी आहे हे आता प्रत्येक सिगारेट पाकिटावर लिहिणे अनिवार्य आहे. दारू विकणाऱ्या कंपन्या आणि विक्रेते तर विविध प्रकारे आपल्या पेयांची जाहिरात करतात. अभिनेते, खेळाडू यांचा मुक्त वापर, कल्पकता आणि मनोरंजन यांचा पुरेपूर उपयोग करून अत्यंत प्रभावी जाहिराती तयार करण्यात येतात.

स्त्रिया आणि लैंगिक जाहिराती

जाहिरातीद्वारे स्त्रियांचे शोषण करण्याचा प्रघात बराच जुना आहे. हे शोषण विविध प्रकारे होत असते. अनावृत अवस्थेतील स्त्रिया किंवा त्यांचे आक्षेपार्ह अंगविक्षेप यामुळे स्त्रीप्रतिमा डागाळते.

पुरुषांची अंतर्वस्त्रे आणि कपडे यांच्या विक्रयवृद्धीसाठी स्त्रियांना मॉडेल म्हणून वापर करणे गैर आहे.

खालील प्रकारे स्त्रियांचे लैंगिक शोषण करणाऱ्या जाहिराती प्रसारित केल्या जातात :

ज्या उत्पादनांचा व स्त्रियांचा परस्पर संबंध नाही. फॅन किंवा पुरुषांची अंतर्वस्त्रे यांच्या विक्रीसाठी स्त्रियांचा उपयोग. बजाज फॅन किंवा लिरिल अंडरपॅण्टची जाहिरात याच श्रेणीत मोडते. फॅन युअर इमोशन ही बजाजची जाहिरात आणि त्यातील महिलेचे उत्तान चित्र हे स्त्रियांच्या प्रतिमेचे हनन आहे.

ज्या उत्पादनांचा स्त्रिया वापर करीत नाहीत. x x x x x स्टील या कंपनीच्या जाहिरातीत केवळ बिकिनीवरील स्त्री दाखविण्यात आली होती आणि त्यासोबत We have finished making steel plant behind your back असे घोषवाक्य होते. तर व्ही.आय.पी. बॅग्जच्या विक्रीसाठी Introducing Fantacy असे घोषवाक्य वापरून अर्धावृत स्त्री दाखविण्यात आली होती. याच प्रकारे जॉनसन वॉटर हीटर आणि कॅसिओ कॅल्क्युलेटरमध्ये स्त्रीप्रतिमांचा गैरवापर करण्यात आला होता.

व्हर्जिनिया स्लिम या सिगारेट कंपनीने स्त्रियांना सिगारेटची विक्री करण्यासाठी you have come a long way baby अशी जाहिरात केली आहे.

एकंदरीत, ग्राहकांची फसवणूक करणारी जाहिरात विविध प्रकारे करण्यात विक्रेते आणि जाहिरातदार यशस्वी होत आहेत, म्हणूनच ग्राहकांनी अधिक जागरूक राहणे गरजेचे आहे.

❑❑

७

अनुचित जाहिरात आणि ग्राहक

Bad advertising can unsell a product - *David Ogilivi*

जाहिरातदारा

जाहिरातदार भाऊ तुमचे उपकार थोर,
दावे आणि प्रतिदाव्याचे जंगल उभे थोर,
हमी, आश्वासने आणि प्रलोभने यांचे जाळे,
भोळे मुके ग्राहक यांना अडविण्याचे सापळे.

ग्राहकांचे शोषण करण्यासाठी विक्रेते आणि जाहिरातदार अनेक प्रचारतंत्रांचा प्रभावीपणे उपयोग करतात. या प्रचारतंत्रांचा मानसशास्त्रीय युद्धातील अस्त्राप्रमाणेच वापर केला जातो. बाजारपेठेत ग्राहकांच्या पाकिटावर राज्य करावयाचे असेल तर प्रथम त्यांच्या मनांवर ताबा मिळविणे आवश्यक आहे. हा मनांवरचा ताबा कायम राहण्यासाठी, ग्राहकांना विचारशून्य उपभोक्ते (Guinea Pig) करावयाचे असेल तर त्यांना जाहिरातीच्या मायाजालात फसविणे विक्रेत्यांपुढे असणारे सर्वात महत्त्वाचे आव्हान आहे.

विक्रेत्यांनी आणि जाहिरातदारांनी गेल्या १०० वर्षांत मानसशास्त्राची जी प्रगती झाली त्याचा आपल्या उत्पादनाची विक्री करण्यासाठी कौशल्याने वापर केला आहे. आज जाहिरातीचे मानसशास्त्र हे एक स्वतंत्र आणि पूर्ण विकसित तंत्र आहे. त्यात सातत्याने भर पडत आहे. नवीन प्रकारच्या जाहिराती, नवीन प्रसारमाध्यमे, नवे विचार व कल्पना यांचा सज्जतेने वापर करून जाहिरातदार आपल्या ग्राहकांना, वाचकांना आणि श्रोत्यांना–प्रेक्षकांना अधीन ठेवण्यात यशस्वी होतात. विक्रीसाठी जाहिराततंत्राचा वापर

केला पाहिजे हे कोणीही नाकारणार नाही; पण त्याचा अतिरेक करणे गैर आहे. ग्राहकांना योग्य आणि उचित माहिती देऊन उत्पादन खरेदी करण्यासाठी प्रेरित करणे यात काहीच गैर नाही; पण अयोग्य आणि अतिरेकी प्रचार मात्र गैरच आहे. ग्राहकांना त्यांचा अधिकार वापरण्यापासून त्यामुळे आपण वंचित ठेवतो, त्यांना त्यांचा विवेक आणि स्वातंत्र्य यांचा उपभोग घेण्यापासून वंचित करतो. म्हणूनच, अनुचित व्यापारपद्धती व जाहिरात यांच्याविरुद्ध लढा देण्याचे स्वातंत्र्य ग्राहकांना आहे. तोच त्यांचा खरा अधिकार आहे.

दृकभ्रम करणाऱ्या जाहिराती

एखादे उत्पादन ज्या दर्जाचे आहे त्यापेक्षा त्याचा दर्जा उच्चतर आहे असा दावा करणे गैर आहे. अनेक जाहिरातींमध्ये अतिहायोक्लिपूर्ण दावे केले जातात. उत्पादनात नसणारी किंवा अत्यंत सामान्य असणारी वैशिष्ट्ये अकारणच फुगवून आणि अकारण महत्त्व देऊन सांगितली जातात. त्यामुळे ग्राहकांचा गैरसमज होतो. विशेषत: टी. व्ही. व केबलवरून अशा अवास्तव जाहिराती वारंवार दाखविल्या जातात.

अनुचित जाहिरातींविरुद्ध ग्राहक कशा प्रकारे लढा देऊ शकतात?

ग्राहकांना अनुचित जाहिरातींविरुद्ध विविध प्रकारे आपला लढा देता येईल. या विविध प्रकारे त्यांनी आपला लढा दिला तरच बाजारपेठेत विनिमय संतुलन (exchange equilibrium) आणता येईल. केवळ प्रभावी आणि दिशाभूल करणाऱ्या जाहिरातींच्या प्रभावाखाली येऊन अल्प मूल्याच्या, निरुपयोगी वस्तू अधिक मूल्य देऊन घेणे हे शोषणच आहे. या आर्थिक शोषणाविरुद्ध घटनादत्त अधिकाराचा वापर करून ग्राहक आपला नैतिक, आर्थिक आणि सामाजिक समतेचा लढा देण्यास समर्थ आहे.

ग्राहक हा लढा व्यक्तिगत आणि संघटित अशा दुहेरी स्तरांवरून देऊ शकतो. हा लढा कोणत्याही एका उत्पादक किंवा जाहिरातदाराविरुद्ध नाही तर एका व्यवस्थेविरुद्ध आहे. म्हणून त्याचे महत्त्वपण दुय्यम स्वरूपाचे नाही. ग्राहकाला गृहीत धरून त्याचे हवे तसे शोषण करणे, त्याला अमाप भावात वाटेल ती वस्तू विकणे हे आपले शोषण आहे हे आता ग्राहकांच्या लक्षात येत आहे. अनुचित जाहिरातीच्या माध्यमातून ग्राहकाचे शोषण पुढीलप्रमाणे होते :

- अयोग्य आणि अनावश्यक वस्तूची खरेदी.
- वस्तूच्या मूल्यात झालेली असमर्थनीय वाढ.
- ज्या वस्तूंची गरज नाही त्यांची अकारण खरेदी.

- मानसिक स्तरावर उत्पादक/विक्रेत्यांची गुलामगिरी. लैंगिक आणि कामुक प्रतीकांचा अकारण उपयोग करून खरेदीसाठी ग्राहकांना उद्युक्त करणे.
- स्वतःच्या गरजा आणि खरेदीक्षमता यांचा विवेकाने विचार न करता ग्राहक खरेदी करतो.
- केवळ जाहिरातीमध्ये सत्य असणारा आणि वास्तवाशी कोणताही संबंध नसणारा दावा ग्राहकांना खरा वाटतो.
- बालग्राहक आणि स्त्रियांना अकारण मोहात पाडण्यात विक्रेता यशस्वी होतो ग्राहक स्वतःच्या विचारक्षमतेला हरवून बसतो.
- मतदान, राजकीय जागृती यावर जाहिरातदाराचे मोठे आक्रमण होते.

सांस्कृतिक मूल्ये, जीवनपद्धती आणि मानवी मूल्ये यांवरही जाहिरातींचे अनुचित आक्रमण झाले आहे. राजकीय मते, धर्म, सामाजिक धारणा आणि कुटुंबपद्धती यांवर जाहिराततंत्राचे आक्रमण होत आहे. समाज अत्यंत व्यक्तिनिष्ठ होत आहे.

जाहिरातीमुळे होणारे हे आक्रमण विविधांगी स्वरूपाचे आहे. त्याला वेळीच अंकुश घालणे समाजस्वास्थ्यासाठी आवश्यक आहे. नाहीतर अवाजवी उपभोगवादाचा भस्मासुर आपले समाजजीवन संपवल्याशिवाय राहणार नाही, हे सांगण्यासाठी ज्योतिष्याची गरज नाही.

जाहिरातदाराविरुद्ध ग्राहक व्यक्तिशः कोणत्या प्रकारे लढा देऊ शकतो? ग्राहक असंघटित आहे. फारसा जागरूक नाही. त्याची लढा देण्याची क्षमता मर्यादित आहे ? यासारखे अनेक मुद्दे सातत्याने पुढे ठेवण्यात येतात. या सर्व कारणांनी ग्राहक लढण्यास असमर्थ आहे, तो संघटित व्यवसायाशी लढा देऊ

"I think that ad is lying."
The NARB uses advertising to encourage consumers to report ads they think are misleading, untruthful, or deceptive.

शकत नाही, म्हणून जे काही त्याच्या प्राक्तनी आहे त्याच्याशी लढा देऊ नये, त्याविरुद्ध उभे राहू नये, अशी समर्पणवृत्ती त्याच्या मनावर रुजवण्यात येते किंवा त्याला मान्य करण्यासाठी भाग पाडण्यात येते. स्वतः ग्राहकदेखील या प्रकारची मनोवृत्ती जोपासण्यात गैर मानत नाही. परंतु, हे सर्व दावे, हे सर्व विचार पलायनवादातून निर्माण होतात. आपण काही करू शकत नाही ही भावना सामान्यपणे आपणास काही करावयाचे नाही या मनोवृत्तीतून निर्माण होते.

ग्राहक व्यक्तिगत स्तरावर जाहिरातीविरुद्ध पुढील प्रकारे आपला लढा देऊ शकतो:

१) व्यक्तिगत जीवनपद्धतीवर स्वतःचे नियंत्रण ठेवून ग्राहक एक जागरूक नागरिक म्हणून जीवनपद्धतीची स्वतःच्या आवडीनुसार आखणी करू शकतो. स्वतःचा विवेक आणि जाणीव यांचा पूर्ण वापर करून स्वतःचे अस्तित्व कायम राखण्याचा प्रयत्न करू शकतो. जे काही जाहिरातीद्वारे दाखविले जात आहे ते सर्वच काही खरे नाही, त्याचा वास्तववादी आणि विवेकपूर्ण विचार करण्याचा तो प्रयत्न करू शकतो. जे मनाला पटत नाही ते स्वीकारावयाचे नाही, जो दावा जाहिरातदार करतो त्याची खरी आणि योग्य बाजू तपासून घेणे आणि केवळ सत्यांचाच स्वीकार करणे हे ग्राहकाचे कर्तव्य तो प्रामाणिकपणे पार पाडू शकतो.

आपल्या वास्तविक गरजा कोणत्या आहेत, त्यांची पूर्तता कोणत्या उत्पादनाने होते, याचापण तो वास्तववादी विचार करू शकतो. केवळ एखादी गोष्ट जाहिरातदार आकर्षकपणे दाखवितो म्हणून तिला सत्य न मानता, तिचे योग्यायोग्य मूल्यमापन तो करू शकतो. उपभोगवादाकडे न झुकणे हे त्याने आपल्या जीवनपद्धतीचे एक ठळक वैशिष्ट्य मानले पाहिजे.

२) निषेध आणि प्रतिरोध : ज्या जाहिराती आणि दावे अयोग्य वाटतात, सत्याचा अपलाप करणारे वाटतात त्याचा विरोध करण्याचे, त्याला नाकारण्याचे, त्या जाहिरातीतील दावे आणि प्रतिदावे यांचा मागोवा घेऊन, त्यातील वास्तविकतेचा पाठपुरावा करून ग्राहक, विक्रेते आणि जाहिरातदार यांना आपला प्रतिरोध / विरोध व्यक्त करू शकतो. हा प्रतिरोध पुढीलप्रमाणे तो व्यक्त करू शकतो :

अ) जाहिरातीमधील दाव्याच्या सत्याचे प्रमाण मागून जाहिरातदाराने जी अभिवचने दिली आहेत, जे दावे केले आहेत त्यांचे प्रमाण, पुरावा यासाठी ग्राहक मागणी करू शकतो. त्यातील वास्तविकता, सत्यता आणि वैधता यांचे निश्चित प्रमाण देणे विक्रेत्याचे कर्तव्य ठरते. सबब अशा प्रकारचे पुरावे सादर करण्यासाठी आग्रह धरल्यास अनेक जाहिराती आपोआपच विक्रेत्याला मागे घ्याव्या लागतील.

जाहिरातीमध्ये अनेकदा काही विशिष्ट प्रकारचे तांत्रिक श्रेष्ठत्वाबाबतचे, नावीन्यविषयक, प्रथमच ठराविक रासायनिक घटक एखाद्या उत्पादनात आणल्याबाबतचा

विक्रेता दावा करतो. त्याचा हा दावा किती प्रमाणात सत्य आहे, त्यातील त्रुटी आणि मर्यादा कोणत्या आहेत याबाबतदेखील ग्राहक सत्यतेचे प्रमाण मागू शकतो.

ब) ग्राहकाचे लक्ष वेधण्यासाठी केलेल्या अनुचित तंत्राचा विरोध जाहिरातदार बरेचदा ग्राहकाचे लक्ष वेधून घेण्यासाठी करतो. विविध प्रकारचे अनावश्यक आणि अनुचित दावे करतो. हे दावे अतिरंजित असतात, असत्य किंवा दिशाभूल करणारे असतात. जाहिरातीतील प्रतीकांचे स्वरूपदेखील अयोग्य असते. उत्तान कपडे परिधान करणाऱ्या स्त्रिया, मादक हावभाव करणाऱ्या स्त्रिया किंवा द्वयर्थी संवादाचा, घोषवाक्याचा अनुचित वापर विक्रेता करतो. हे सर्व दावे आणि घोषवाक्ये म्हणजे जाहिराततंत्राचा अनुचित वापर आहे. ग्राहकाला या तंत्राचा विरोध करण्याचा अधिकार आहे. तो जाहिरातदार आणि विक्रेत्यांकडे अशा प्रकारच्या अयोग्य जाहिरातीबाबत तीव्र नापसंती दर्शवू शकतो. त्यांना जाब विचारू शकतो किंवा अशा प्रकारच्या अनुचित तंत्राचा वापर केल्याबद्दल त्यांना न्यायालयातपण खेचू शकतो.

क) माहिती मागण्याच्या अधिकाराचा पूर्ण वापर : ग्राहक संरक्षण कायद्यान्वये प्रत्येक व्यक्तीला माहिती मागण्याचा अधिकार ग्राहक म्हणून प्राप्त झाला आहे. हा कायदा म्हणजे ग्राहकाला प्राप्त झालेले एक ब्रह्मास्त्रच आहे. उत्पादक, विक्रेता आणि जाहिरातदार यांनी आपली उत्पादने विक्रीसाठी जे काही दावे केले आहेत, त्यांची सत्यता आणि वैधता तपासण्याचा, त्याबाबत अधिक माहिती मागण्याचा प्रत्येक ग्राहकाचा मूलभूत अधिकार आहे. ही माहिती पुढील स्वरूपाची असू शकते :

१) उत्पादनाच्या हमीपत्राबाबतची माहिती
२) उत्पादनाच्या उपयोगाबाबतची माहिती
३) ज्या वैशिष्ट्याची उत्पादक विशेष किंवा एकमेव म्हणून उल्लेख करतो त्याची ठराविक उपयोगिता
४) उत्पादक किंवा विक्रेते ज्या लाभाची, फायद्याची, सवलत किंवा विशेष उपयोगाची घोषणा करतो त्याची वैधता
५) उत्पादक किंवा जाहिरातदारांनी ज्या विशिष्ट प्रकारचा अनुभव, किंवा आनंद उपभोक्त्यांना मिळेल अशी हमी दिली असेल, त्या हमीची सत्यता.
६) उत्पादनातील रासायनिक, तांत्रिक बाबी आणि त्याचे स्वरूप
७) विक्रीनंतरच्या सेवेबाबतची माहिती
८) उत्पादनाच्या इतर उपयोगाशी सहायक उपयोगाचे विवरण आणि त्याची सत्यता

ग्राहक माहिती प्राप्त करण्याच्या या अधिकाराचा वापर विविध प्रकारे करू शकतो.

१) विक्रेत्याला पत्र लिहून सदर माहिती मागणे.
२) जाहिरातदाराला त्याने केलेल्या दाव्याच्या समर्थनार्थ पुरावे मागणे.

३) उत्पादक किंवा विक्रेत्यांच्या संघाला पत्र लिहून सदर माहिती सत्य आहे किंवा नाही याचे स्पष्टीकरण मागणे.

४) जाहिरातविषयक प्रमुख शिखर संस्था, जसे की ASCI किंवा AAI यांना पत्र लिहून.

५) जाहिरातीमधील दाव्याबाबत समाधानकारक स्पष्टीकरण प्राप्त न झाल्यास, त्याची रीतसर तक्रार MRTP कमिशनकडे तो करू शकतो.

६) ग्राहक न्यायालयात दावा करून सदर माहिती अपर्याप्त असल्याबद्दल तक्रार दाखल करता येते.

विविध जाहिरातदारांवर ASCI ने केलेली कारवाई

कंपनी	*उत्पादन*	*विवरण*
१) सिम्फनी कम्फर्ट सिस्टिम	कायासर केअर कर्ल्स	सवलतीच्या दरातील उत्पादित विविध महत्त्वाची वैशिष्ट्ये नमूद केली नाहीत
२) ब्युटी कॉस्मेटिक्स	फेअरव्हर फेअरनेस क्रीम	केशरयुक्त क्रीम मेस्लीन निर्माण होऊ देत नाही हा दावा खोटा
३) खेतान इंडिया	मॅरथॉन फॅन	सर्वाधिक हवा देणारा फॅन हा दावा खोटा
४) एस हायजिनिक प्रॉडक्ट	अल्फा वॉटर प्युरिफायर्स	उकळल्यामुळे विस्टा साल्ट नष्ट होतात हा दावा खोटा
५) वीकएण्ड कीड्स	लहानमुलांचे कपडे	कौर्याला उत्तेजन देणाऱ्या जाहिराती
६) हिन्दुस्थान लिव्हर	सनसिल्क शाम्पू	व्हिटॅमिन्सबद्दलचा दावा खोटा
७) नोव्हॉटिस	फोकस ब्रॅण्ड ऑफ डिस्पोझेबल लेन्स	प्रोटीननिर्मितीचा दावा खोटा
८) व्होल्टास	भारतातील सर्वांत मोठी एअरकंडिशनर विकणारी कंपनी	हा दावा खोटा आहे हे सिद्ध झाले.

ड) **वृत्तपत्रे व प्रसारमाध्यमाचा प्रभावी वापर** : प्रसारमाध्यमाचा कल्पक वापर करून ग्राहक आपल्यावर होणाऱ्या अनुचित प्रभावाबाबत विक्रेत्यांचा प्रतिरोध करू शकतो, तसेच अशा प्रकारच्या जाहिरातीविरुद्ध जनमत जागृत करू शकतो. संपादकांना पत्र लिहून, जाहिरातीमधील अनुचित दावे, अयोग्य प्रसारण आणि अप्रस्तुत दावे याबद्दल ग्राहक आपली मते वृत्तपत्रांतून व्यक्त करू शकतो. यामुळे तो कंपनीला आपली नाराजी तर कळवतोच यासोबतच इतर ग्राहकांना व नागरिकांनादेखील जागृत करतो.

ई) **ग्राहक चळवळीच्या माध्यमातून लढा** : जागृत ग्राहक आपल्या समस्यांना केवळ व्यक्तिगत न मानता, त्यांचे सामाजिक संदर्भ समजून घेण्याचा प्रयत्न करतो. प्रत्येक व्यक्तीचा प्रश्न जेव्हा सामूहिक स्वरूपात मांडला जातो, तेव्हाच त्याचे व्यापक आणि सार्वजनिक स्वरूप लक्षात येते. आर्थिक अन्यायाचे प्रश्न केवळ व्यक्तिगत स्तरावरील लढ्याच्या माध्यमातून सोडविले जाऊ शकत नाहीत, तर त्यांचे सामाजिकीकरण आवश्यक असते. ग्राहक चळवळ हे ग्राहकांवर होणाऱ्या आर्थिक अन्यायाला वाचा फोडणारे, त्यांचे निराकरण करणारे प्रभावी व्यासपीठ आहे. त्याचा योग्य उपयोग करणे, या व्यासपीठावर आपल्या समस्या योग्य प्रकारे आणि सर्वांना महत्त्वाच्या वाटतील अशा स्वरूपात व्यक्त करणे, हेच ग्राहकाचे खरे कर्तव्य आहे.

ग्राहक चळवळ हा ग्राहकांच्या लढ्याला औपचारिक आणि वैधानिक स्वरूप देण्याचा संघटित मार्ग आहे. त्यामुळे हा संघर्ष अधिक प्रखर आणि प्रभावी करता येतो. शोषणमुक्तीसाठी खऱ्या अर्थाने प्रयत्न करता येतात.

ग्राहक चळवळ हा ग्राहकांना जागृत करण्याचा आणि शोषणविरहित समाज–

निर्मितीचा प्रयास आहे. जाहिरातदार किंवा विक्रेते यांच्या संघटित कार्याला जर योग्य उत्तर द्यावयाचे असेल, तर ते ग्राहक चळवळीच्या माध्यमातून देणे शक्य आहे.

ग्राहक चळवळ आणि अनुचित जाहिराततंत्र

ग्राहक चळवळ हा संघटितपणे लढा देऊन समस्या सोडविण्याचा समाजोपयोगी उपक्रम आहे. ग्राहक आंदोलन आज हळूहळू शक्तिशाली चळवळीचे रूप घेत आहे. त्याचे तत्त्वज्ञान, विचार आणि कार्यपद्धती यांचा ग्राहकांवरच नव्हे तर एकूण समाजव्यवस्थेवर अनुकूल प्रभाव होत आहे. ग्राहक चळवळीचे कार्य आणि स्वरूप यांचे स्वरूप समजून घेतल्यास या वाढत्या प्रभावाचे खरे कारण लक्षात येईल.

ग्राहकाचे बाजारपेठेतील शोषण ही नित्यनेमाची बाब आहे. हे शोषण वरवर पाहता जरी आर्थिक असले, तरी त्याला सामाजिक आणि मानसिक शोषणाचीसुद्धा जोड आहे. उपभोक्तावादाचे वाढते वर्चस्व हे ग्राहकाच्या शोषणाचे प्रत्यक्ष आणि दृश्यमान रूप आहे. बहुराष्ट्रीय कंपन्यांची आपली उत्पादने लोकप्रिय करण्यासाठी सुरू असणारी अविरत स्पर्धा आणि त्यातून बाजारपेठेत निर्माण झालेल्या विक्रयतंत्राचा अतिरेक हे सर्वांच्या परिचयाचे आहे. बाजारपेठेच्या केंद्रस्थानी विक्रेत्याला ठेवून विक्री आणि प्रचाराचे कार्य करणारी भांडवलवादी व्यवस्था बहुराष्ट्रीय कंपन्यांनी विकसित केली. या व्यवस्थेत ग्राहकाला कोणतेच स्थान नाही. त्याचे अस्तित्व आणि स्वरूप प्रभावशून्य करण्यात आले. ग्राहक हा सर्व प्रकारच्या वस्तू व सेवांचा उपभोग घेणारा पशू आहे असाच विचार या यंत्रणेने प्रसारित केला. त्याला स्वतःचे मत नाही आणि स्वतंत्रपणे विचार करण्याची त्याची क्षमता नाही असा विचार या यंत्रणेने सर्वत्र मांडला.

अपूर्ण माहिती देणाऱ्या जाहिराती

काही जाहिरातदार केवळ ठराविक आणि उत्पादनांच्या गुणांचे समर्थन करणाऱ्या जाहिराती प्रसारित करतात. त्या जाहिरातींमध्ये उत्पादनाची उपयुक्तता व श्रेष्ठता यावर भर दिला जातो पण त्याच्या मर्यादा आणि त्रुटी मात्र झाकून ठेवण्यावर भर दिला जातो. ह्या जाहिराती ग्राहकांना आकर्षित करतात पण त्यातून त्यांचे नुकसान होते. ग्राहकांना मोहात पाडणाऱ्या पण भ्रम निर्माण करणाऱ्या जाहिराती अत्यंत धोकादायक असतात.

उपभोक्तावादाची काही ठळक वैशिष्ट्ये येथे प्रस्तुत करणे उचित होईल :

१) उत्पादक आणि उत्पादन यांना बाजारपेठेचा केंद्रबिंदू तर ग्राहक या केंद्रबिंदूभोवती भ्रमण करणारा दुय्यम घटक हा विचार

२) केवळ ठराविक स्वरूपाची भौतिकसुखे प्राप्त व्हावीत यासाठी सुखलोलुप वृत्तीने उपभोग घेण्यास प्रोत्साहन देणारी यंत्रणा.

३) निसर्गाचे संतुलन आणि त्याचा मानवी विकासाशी असणारा परस्परसंबंध याकडे दुर्लक्ष करणारा उपभोगवादी विचार.

४) सामाजिक न्याय, उचित वितरण, समता आणि आर्थिक सामंजस्य या मूलभूत विचारांशी फारकत घेणारे तत्त्वज्ञान.

५) बाजारपेठेत जो प्रभावी आहे त्याला शोषणाचा अधिकार आहे असा विकृत विचार, 'बळी तो कान पिळी' या जंगल न्यायाला स्वीकारणारे तत्त्वज्ञान.

उपभोगाचे प्रमाण आणि मात्रा वाढविण्यासाठी ग्राहकाला प्रेरित करणे हे एक महत्त्वाचे आव्हान विक्रेत्यांपुढे आहे. यापूर्वी पण ते होते. या आव्हानाला तोंड देण्यासाठीच जाहिरातींचा योजनाबद्ध पद्धतीने उपयोग विक्रेत्यांनी, जाहिरातदारांनी केला आहे. ग्राहक का, कधी व काय खरेदी करतो याचे सातत्यपूर्ण विश्लेषण करण्याचे त्यांचे कार्य चालू आहे. मानसशास्त्रीय तंत्राचा वापर करून ग्राहकांचे अंतरंग जाणून घेण्याचा व त्यावर राज्य करण्याचा जाहिरातदारांचा मानस आहे. अभिप्रेरणात्मक संशोधन (motivation research) आणि खरेदीविषयक वर्तणुकीचे सखोल अध्ययन (indepth study of buying behaviour) या तंत्राचा वापर जाहिरातदार व विक्रेत्यांना सल्ला देणारे मानसशास्त्रज्ञ करीत असतात.

बहुराष्ट्रीय कंपन्यांचे विक्रयतंत्र अत्यंत आक्रमक, विकसित आणि मानसशास्त्रीय तंत्राचा प्रभावी वापर करून तयार करण्यात आलेले आहे. या तंत्राचा ग्राहकांच्या मानसिकतेवर परिणाम होतो. त्याचा बाजारपेठेकडे पाहण्याचा दृष्टिकोन केवळ उपभोगवादी होतो, तो स्वतःचे वास्तविक अस्तित्व, गरजा आणि क्रयशक्ती यांच्या मर्यादांना विसरतो. या कंपन्यांच्या विक्रयतंत्रातील अद्ययावतता आणि प्रभाव एवढा वेगवान आहे की, त्यांच्या आक्रमणापुढे ग्राहक व्यक्तिशः लढा देऊ शकत नाही. आर्थिक साम्राज्यवादाचा आणि बाजारपेठेतून निर्माण होणाऱ्या गुलामगिरीचा यातूनच उदय होतो.

विक्रयतंत्राचा अचाट प्रभाव व क्षमतेमुळे या कंपन्यांचे केवळ ग्राहकांवरच नियंत्रण निर्माण होत नाही, तर त्यासोबतच भारतीय बाजारपेठांवर त्यांचा ताबापण वाढत जातो. या कंपन्यांच्या ग्राहकांच्या संख्येत सातत्याने होणाऱ्या वाढीने, त्याच्या विक्रीत होणाऱ्या अचाट वाढीने इतर भारतीय कंपन्या बाजारपेठेत आपले अस्तित्व टिकवू शकत नाहीत, आपला माल विकण्यात अपयशी होतात. अशा प्रकारे बहुराष्ट्रीय कंपन्या देशाच्या आर्थिक प्रभुसत्तेवर दुहेरी स्वरूपाचे आक्रमण करतात, एका स्तरावर बाजारपेठेतील मोठा ग्राहकवर्ग त्या आपल्याकडे वळवितात, तर दुसऱ्या स्तरावर भारतीय कंपन्यांचे

बाजारपेठेतील महत्त्व आणि हिस्सा कमी करून त्यांना संपवितात. त्यामुळे त्या भारतीय बाजारपेठेतून मोठ्या प्रमाणावर परकीय चलन गोळा करतात. भारताच्या आर्थिक परिस्थितीवर त्याचा विपरीत प्रभाव होतो. बहुसंख्य विकसित देशांमध्ये वरवर पाहता आज हीच परिस्थिती निर्माण झाली आहे. सर्वत्र उपभोगवादाचे साम्राज्य वाढत आहे. पूर्वीची साम्राज्यवादाची विविध देशांवर आक्रमण करून त्यांना राजकीय, सामाजिकरीत्या गुलाम करण्याची पद्धत जाऊन त्याची जागा, आर्थिक गुलामगिरी निर्माण करणाऱ्या नवीन पद्धतीने घेतली आहे. इतर देशांना जिंकण्याच्या पद्धतीत परिवर्तन होऊन तेथील बाजारपेठेवर आणि ग्राहकांवर नियंत्रण करणाऱ्या नवीन प्रकारच्या आर्थिक आक्रमणाने घेतली आहे. हे आक्रमण अदृश्य आहे, त्याचे परिणाम आणि दाहकता प्रत्यक्षपणे जाणवत नाही, उत्पादने आणि सेवा यांच्या मोहजालात ग्राहक स्वतःला अडकवून घेतो आणि त्यातून निर्माण होणाऱ्या दास्याची त्याला कल्पनाच येत नाही. या नवभांडवलवादाचा देशाच्या राजकीय, सांस्कृतिक प्रभुसत्तेवर हळूहळू विपरीत परिणाम होतो, पण तो एखाद्या अदृश्य असणाऱ्या पण मंदपणे बळावणाऱ्या भीषण रोगाप्रमाणे असतो.

xxxxx **हेअर टॉनिक**

xxxxx हेअर टॉनिकची जाहिरात
एक गैर आणि आक्षेपार्ह जाहिरात आहे.
त्यात एक टकला व्यक्ती भाग्यवान असल्याचा
प्रथम पुरस्कार करण्यात आला आहे.
टक्कल असणे हे भाग्याचे लक्षण आहे
ही कल्पना मूर्खासारखी आहे.
अंधश्रद्धा आहे असे नंतर सांगून
केवळ xxxxx हेअर टॉनिक हाच टक्कल
दूर करण्याचा व काळे घनदाट केस
येण्याचा एकमेव मार्ग असल्याचा
दावा करण्यात आला आहे.

बाजारपेठेत होणारे हे परिवर्तन जरी अदृश्य आणि दाहक असले तरी त्याची ग्राहकांना वेळीच जाणीव होत नाही, हेच या आक्रमणाचे खरे आव्हान आहे. सरळ युद्ध करणाऱ्या कोणत्याही परचक्राशी युद्ध करणे देशाच्या नागरिकांना नेहमीच शक्य असते.

परंतु अदृश्य आणि मोहात पाडणाऱ्या या आर्थिक शत्रूशी युद्ध करणे मात्र खरोखरच एक अशक्य कोटीतील कार्य आहे.

बहुराष्ट्रीय कंपन्यांच्या वाढत्या प्रभावामुळे देशाप्रती आदरभाव कमी होतो. स्वाभिमान, संदेशविचार आणि आपल्या देशाच्या आर्थिक नीतीबाबत मूलभूत विचार करणे याबाबत समस्या निर्माण होतात. 'भारतीय बना भारतीय वस्तूंची खरेदी करा' हा विचार कालबाह्य टाकाऊ वाटतो. भारताचे हित भारतीय उद्योगाच्या विकासातच आहे हे पटेनासे होते. उलट, आंतरराष्ट्रीयवादाचा आणि बहुराष्ट्रीय कंपन्यांच्या उत्पादन श्रेष्ठत्वाचा विचार पटतो. त्यात गैर वाटत नाही. आपण दर्जेदार उत्पादने निर्माण करू शकत नाही, अशा प्रकारची न्यूनगंडाची भावना निर्माण होते.

ग्राहक चळवळ जाहिरातदारांच्या या अनुचित कार्यपद्धती आणि प्रचारयंत्रणेविरुद्ध अनेकविधस्वरूपाची चळवळ निर्माण करू शकते. या चळवळीच्या माध्यमातून जागरूक ग्राहक आणि विवेकवादी नागरिक निर्माण करता येईल.

१) सर्वस्पर्शी ग्राहकत्वाची जाणीव निर्माण करणे : ग्राहकवाद म्हणजे केवळ विक्रेते आणि शोषण करणारे जाहिरातदार यांच्याविरुद्धचा आर्थिक लढा नाही ही भावना निर्माण करणारी चळवळ म्हणजे ग्राहक चळवळ आहे. ग्राहक हा केवळ आर्थिक व्यवहारातून निर्माण होत नाही, तर त्याला सामाजिक आणि नैतिक अनुबंधाच्या मर्यादांचेही पालन करणे आवश्यक आहे. अनावश्यक उपभोग टाळणे, अत्याधिक उपभोगवादाला मर्यादित करणे, बाजारपेठेत आर्थिक संतुलन साधणे, राष्ट्राच्या आर्थिक विकासाला पोषक आर्थिक धोरणाचे समर्थन करणे या दृष्टीने स्वतःचे व स्वतःच्या कुटुंबाचे पोषण करणे हे जागृत ग्राहकाचे खरे लक्षण आहे. जो ग्राहक या नीतिमत्तेच्या तत्त्वाचे पालन करतो, तो खऱ्या अर्थाने अर्थव्यवस्थेचे, अर्थधर्माचे पोषण करतो. पर्यावरण, राष्ट्रीय अर्थव्यवस्था, बाजारपेठ संतुलन आणि उपभोग मर्यादा या चतुःसूत्रीचे पालन करणारा ग्राहक हा सर्वस्पर्शी ग्राहक आहे, त्याच्या निर्मितीसाठी ग्राहक चळवळीचे प्रयत्न करावयास हवे.

जाहिरातीमधील असत्य कथन

जाहिरातदाराने असत्य किंवा असंभव आश्वासनांची खैरात करून उत्पादनांची विक्री करू नये हा संकेत त्याने पाळलाच पाहिजे.
'कॅन्सरपासून मुक्ती' किंवा यौवनाची पुनर्प्राप्ती हा संदेश देणारी जाहिरात प्रचलित कायद्यानुसार अयोग्य आहे, कारण ती सत्याचा प्रतिलाप करणारी आहे.

२) समाजाभिमुख लोकमात्रेचा 'या' निर्मिती समाजात उपभोग संतुलन राहावे यासाठी ग्राहक, विक्रेता, समाजयंत्रणा आणि शासन या सर्वांनीच एकत्रितपणे प्रयत्न करावयास हवेत, हे उपभोग संतुलन राहिले नाही तर, पर्यावरण, अपुऱ्या साधनसामग्रीच्या आणि आर्थिक विषमतेच्या समस्या निर्माण होतील.

सर्वसामान्य नागरिक प्रचार व प्रसारमाध्यमांच्या दबावाखाली येतो, आपल्या वास्तविक गरजा व उत्पन्नांच्या मर्यादा विसरून खरेदी करतो, येथेच उपभोगातिरेक होतो. उपभोगातिरेक म्हणजे साधनसामग्रीची नासाडी होय. समाजाच्या उपभोगप्रवृत्तीला विकृत वळण लावणारी अर्थनीती होय. ग्राहक चळवळ हे सामाजिक चेतना निर्माण करणारे आंदोलन आहे. अनुचित जाहिराती, उपभोगप्रवृत्ती वाढविणाऱ्या असामाजिक आणि पर्यावरणविरोधी विक्रयतंत्राचा संघटितपणे विरोध करू शकते. अनावश्यक खरेदी टाळण्यासाठी समाजाच्या प्रत्येक वर्गात एक जागृती निर्माण करू शकते. आपल्या आर्थिक, सामाजिक मर्यादा ओळखून उपभोग घेण्याची जाणीव निर्माण करून, अवास्तव आणि अवाजवी वस्तू विक्रयांवर, उपभोगावर आणि उपभोगवादावर नियंत्रण आणू शकते.

३) ग्राहक प्रबोधन : अनुचित व्यापारपद्धतींचा आणि अयोग्य जाहिराततंत्राचा प्रतिरोध करण्यासाठी ग्राहकांचे प्रबोधन करणे हे ग्राहक चळवळीसमोरील सर्वांत मोठे आव्हान आहे, आणि सर्वांत महत्त्वाचे कार्यपण आहे. ग्राहक शिक्षण हे ग्राहक चळवळीचे प्राथमिक कार्य आहे. ग्राहकांची कर्तव्ये, अधिकार, संघटित शक्तीचे महत्त्व या सर्वांची जाणीव ग्राहक चळवळ प्रबोधनाच्या माध्यमातूनच करून देऊ शकते.

ग्राहक चळवळ ही केवळ विक्रेत्यांशी संघर्ष करणारी एक आक्रमक संघटना आहे ही भावना दूर करण्यासाठी हे प्रबोधन अत्यंत आवश्यक आहे. ग्राहकांच्या विविध समस्या, शासन, विक्रेते आणि वितरक यांच्याकडून त्यांचे विविध प्रकारे होणारे शोषण या बाबत जागृती निर्माण करण्यासाठी या प्रबोधनाची गरज आहे.

ग्राहक समाजाच्या लोकयात्रेचे केंद्रस्थळ आहे. या लोकयात्रेला योग्य दिशा मिळावी, तिने समाजाचे नैतिक, आर्थिक, सामाजिक चक्र योग्य प्रकारे परिभ्रमित करावे

यासाठी या ग्राहकांचे प्रबोधन गरजेचे आहे. ग्राहक आंदोलनाची गरज, त्याची ध्येयधोरणे आणि कार्यपद्धती याविषयीची माहिती सर्वसामान्य नागरिकांप्रती योग्य प्रकारे पोहोचविण्यासाठी ग्राहक आंदोलनाची खरोखरच गरज आहे. याकरिता एक जबाबदार नागरिक, समाजाचा प्रमुख घटक म्हणून ग्राहकांमध्ये जाणीव निर्माण करण्याचे कार्य ग्राहक चळवळीने करावयाचे आहे.

ग्राहकाचे अर्थशास्त्र, बाजारपेठेतील त्याचे स्थान, उत्पादनाच्या वितरणपद्धतीचा त्याच्यावर होणारा बरा-वाईट परिणाम या विषयीचे त्याला ज्ञान देण्यासाठी ग्राहक चळवळीला पुढाकार घ्यावयास हवा.

आज वाढता उपभोगवाद, बाजारपेठेतील विक्रेत्याचे वर्चस्व, भुरळ पाडणाऱ्या अनेक बनवाबनवीच्या जाहिराती, विक्रेत्यांची हातचलाखी यामुळे ग्राहक पिडला जात आहे, त्याचे शोषण होत आहे, त्याविरुद्ध आंदोलनाची गरज आहे. या संघटित आंदोलनासाठी ग्राहकाला जागृत करण्याचे कार्य ग्राहक चळवळीलाच करावयाचे आहे.

ग्राहकांचे प्रबोधन करण्याचे कार्य ग्राहक चळवळ विविध पद्धतीने करू शकते. सभा, संमेलने, शिबिरे यामध्ये ग्राहकांना समाविष्ट करून त्यांच्याशी संवाद साधता येतो. आकाशवाणी, दूरचित्रवाणीवर विविध प्रकारे ग्राहक जागरूकतेचे कार्यक्रम करून लोकशिक्षण देता येईल. विविध प्रकारच्या पुस्तिका, चित्रफिती आणि इतर विचार-प्रवर्तक साहित्याचा वापर करूनदेखील हे शक्य आहे.

४) रचनात्मक कार्यक्रम आणि विधायक कार्यपद्धतीचा वापर : ग्राहकांमध्ये जागृतीसाठी विविध रचनात्मक कार्यक्रमांचा उपयोग चळवळीद्वारे करण्यात येतो. या रचनात्मक कार्यक्रमाचा उद्देश तिहेरी स्वरूपाचा आहे.

१) ग्राहकांच्या मानसिकतेत परिवर्तन घडवून आणणे.

२) ग्राहकांना अनुचित व्यापारपद्धतीबाबत माहिती देऊन त्याविरुद्ध प्रभावी आंदोलनासाठी प्रोत्साहित करणे.

३) ग्राहकांच्या संघटित विरोधातून जाहिरातदार-विक्रेते यांच्यावर दडपण आणणे, एक दबावगट निर्माण करणे.

ग्राहकांना अनुचित व्यापारपद्धती, अयोग्य जाहिराती आणि विक्रयपद्धतीविरुद्ध लढा देण्यासाठी प्रोत्साहित करण्यासाठी अनेकविध प्रकारचे विधायक कार्यक्रम राबविता येतात.

१) ग्राहकांना अनुचित जाहिराती आणि विक्रयतंत्राबद्दल माहिती देणे.

२) अनुचित जाहिराती, जाहिरात युद्ध, त्यातील खोटे दावे याबाबत वृत्तपत्रे,

प्रसारमाध्यमे यातून पर्याप्त माहिती देणे व अशा जाहिराती मागे घेण्यासाठी विक्रेत्यांना प्रोत्साहित करणे.

३) ग्राहकांच्या वतीने ग्राहक न्यायालये (ASCI) आणि विक्रेत्यांच्या संघटनांकडे तक्रार, निषेध नोंदविणे.

४) अनुचित जाहिरातीद्वारे ग्राहकांचे कशा प्रकारे शोषण होते यावर विविध माहितीप्रद कार्यक्रम विविध स्तरांवर आयोजित करणे.

५) शासक, MRTP आणि इतर मान्यताप्राप्त शासकीय विभागांपुढे अनुचित विज्ञापनाबाबत माहिती देणे आणि त्यातून विक्रेत्यांवर नैतिक दडपण आणणे.

५) आक्रमक आंदोलन : ग्राहक चळवळीचे महत्त्वाचे पण अखेरचे अस्त्र म्हणजे आंदोलन. आंदोलनाचा पवित्रा घेऊन विक्रेते, जाहिरातदार यांच्यावर दडपण आणणे, त्यांना ठराविक कृतीसाठी बाध्य करणे. आक्रमक आंदोलन हे ग्राहक चळवळीचे उग्र रूप आहे. ते ग्राहकांना जागृत करण्यासाठी नसून, जागृत ग्राहकांच्या शक्तीचे विक्रेत्यांपुढे प्रदर्शन करण्याचे तंत्र आहे.

सुंदर कोमल त्वचेची जाहिरात करताना कंपनीद्वारे विविध आश्वासने आणि नावीन्यपूर्ण पण वास्तवापासून दूर असणाऱ्या कल्पनांचा वापर केला जातो. ह्या सर्व कल्पना अवास्तव असतात, त्या अकारण मोहात पाडतात आणि ग्राहकांची फसवणूक होते. ठराविक क्रीम लावल्याने आपण दहा वर्षांनी तरुण दिसाल, अफाट सुरेख दिसाल या आशेने मोहित होणाऱ्या ललनांची संख्या कमी नाही. पंधराह मिनिट में गोरी-गोरी हे खरे आहे काय?

जे विक्रेते, जाहिरातदार आणि उत्पादक विधायक मार्गांनी केलेल्या आवाहनांचा अव्हेर करतात, ग्राहकांचे विविध मार्गांनी शोषण करतात, किंवा समाजस्वास्थ्याला हानिकारक जाहिराततंत्राचा वापर करतात, त्यांना आक्रमक आंदोलनाच्या माध्यमातून धडा देणे अपरिहार्य असते.

नैतिकदृष्ट्या हानिकारक जाहिरात, स्त्रियांची, धर्म, नीतिमूल्यांचा अव्हेर करणाऱ्या जाहिराती किंवा देश, धर्म आणि प्रचलित नैतिक तत्त्वांना काळिमा फासणाऱ्या जाहिराती प्रकाशित करणाऱ्या जाहिरातदारांविरुद्ध उग्र आंदोलन करणे ही ग्राहक चळवळीची अपरिहार्यता आहे.

आक्रमक आंदोलनाची रूपरेषा पुढीलप्रमाणे असू शकते :

१) ग्राहकांच्या मानसिकतेत परिवर्तन घडवून आणणे

२) आक्षेपार्ह जाहिरातीची होळी किंवा त्या नष्ट करणे

३) कंपनी किंवा जाहिरातदारांच्या कार्यालयापुढे पिकेटिंग व घोषणा

४) कंपनी किंवा जाहिरातीतील उत्पादने यावर सामूहिक बहिष्कार

५) न्यायालयातून अशा कंपनीवर जाहिरातदारांवर खटले

६) ASCI मार्फत या जाहिरातींवर बंदी

७) विविध प्रसारमाध्यमातून अशा जाहिरातींविरुद्ध लेख, चेतना निर्माण करणाऱ्या बातम्या, वृत्त

८) जाहिरातदाराने यापुढे अशा जाहिराती न देण्याचे आश्वासन देईपर्यंत आंदोलन.

आक्रमक आंदोलनाच्या माध्यमातून जाहिरातींविरुद्ध चेतना निर्माण करणे शक्य होते, त्याचबरोबर इतर जाहिरातदार आणि विक्रेते यांना योग्य तो धडादेखील शिकवता येतो.

ग्राहक चळवळीपुढील आव्हान

ग्राहक चळवळीपुढील एक महत्त्वाचे आव्हान म्हणून आक्रमक, मानसिक दडपण आणणाऱ्या आणि ग्राहकांची दिशाभूल करणाऱ्या जाहिरातींचा उल्लेख करता येईल.

हे आव्हान विविधांगी स्वरूपाचे आहे. ग्राहक जाहिरातींमधील मानसशास्त्रीय आवाहनांना चटकन बळी पडतो, पण विवेकपूर्ण आणि त्यांच्या हिताच्या संदेशांचा मात्र त्यांच्या मनावर अपेक्षित परिणाम होत नाही. एक प्रकारे जाहिराती या सुवर्णमृगाप्रमाणे आहेत. जाहिरातदार संघटित आहेत, त्यांची एकंदर शक्ती ग्राहक चळवळीपेक्षा जास्त आहे. त्यांच्या जाहिरातींमध्ये सातत्य आहे. ते विविध प्रकारचे दावे करून ग्राहकांना भुरळ पाडतात. तसे ग्राहक चळवळ करू शकत नाही.

जाहिरातदार मानसशास्त्रीय तंत्राचा वापर करून ग्राहकाची मानसिकता बदलण्यात यशस्वी होत आहेत, त्याला एक प्रकारे ठराविक प्रकारे विचार करण्यासाठी भाग पाडतात. या असमान आणि मायावी युद्धात ग्राहक चळवळीला विवेक, संयम आणि संघटन या तीन शस्त्रांचा वापर करून लढा द्यावयाचा आहे.

ॲड्व्हटाइझिंग स्टॅण्डर्ड्स कौन्सिल ऑफ् इंडिया

ॲड्व्हर्टायझिंग स्टॅण्डर्ड्स कौन्सिल ऑफ् इंडिया या संस्थेची स्थापना कंपनी कायद्याच्या २५ व्या अनुच्छेदानुसार २१ ऑक्टोबर, १९८५ रोजी विधिवत झाली. ही कंपनी विनालाभ तत्त्वावर कार्य करणारी समाजहितकारी संस्था आहे.

कोणतीही संस्था किंवा कंपनी या संस्थेचा सदस्य होऊ शकते :

१) वस्तू किंवा सेवांची जाहिरात करणारी संस्था

२) वृत्तपत्राचे मालक किंवा प्रकाशक तसेच नियतकालिकाचे मालक/प्रकाशक
३) जाहिरात संस्था
४) जाहिरातनिर्मितीच्या क्षेत्रात कार्य करणाऱ्या सर्व संस्था, जाहिरातदार आणि प्रकाशक, छपाई व मुद्रण कार्य करणाऱ्या संस्था.

संस्थेची ध्येये

१) जनतेचा जाहिरात संस्थेवर आणि जाहिरातीमधील दाव्यांवर विश्वास कायम करणे.
२) जाहिरातदारांनी आत्मनियंत्रणाचे तत्त्व वापरून जाहिरातकार्य करावे यासाठी आग्रह धरणे.
३) जाहिरात सत्यतेवर आधारित असावी, त्यात वास्तव आणि प्रामाणिकता असावी हा आग्रह धरणे.
४) लोकमान्य नीतिमत्तेच्या मर्यादेत जाहिरात असावी.
५) समाजस्वास्थ्याला अपायकारक वस्तू व सेवांची जाहिरात करण्यात येऊ नये.
६) जाहिरातदारांमध्ये एक जाणीव व जागृतीची भावना निर्माण करणे.
७) जाहिरातीमधील अयोग्य आणि औचित्यशून्य दावे, अयोग्य बाबी याविरुद्ध तक्रार करण्यासाठी जनतेला प्रोत्साहन देणे, अशा दाव्यांवर नियंत्रण देणे.
८) जाहिरात कार्याविषयी एक विशिष्ट जनमत निर्माण करणे आणि प्रभावी जनमनाच्या साहाय्याने अनुचित जाहिराततंत्रावर नियंत्रण ठेवणे.

आत्मनियंत्रणाची आचारसंहिता

जाहिरात हे प्रचार आणि प्रसाराचे प्रभावी माध्यम आहे. त्याचा उपयोग समाजहितामध्ये व्हावा, सर्वांच्या हितासाठी व्हावा, यासाठी जाहिरातदार आणि समाज या दोन्ही घटकांमध्ये सामंजस्य हवे. समाजात जाहिरातींचे प्रसारण होणे गैर आहे. कोणत्याही उत्पादनाच्या विक्रीसाठी सक्ती करणाऱ्या ग्राहकाला फसविणाऱ्या किंवा खोटे दावे करणाऱ्या जाहिराती प्रसारित करण्यात येऊ नयेत, यासाठी जाहिरात संस्थांनीच पुढाकार घ्यावयास हवा. यासाठी आत्मनियंत्रणाची गरज आहे. जाहिरातदारांनी स्वतः पुढाकार घेऊन कशा प्रकारच्या जाहिराती योग्य आहेत किंवा नाहीत याविषयी आचारसंहिता तयार करावी. स्वयंनियंत्रणावर भर द्यावा. यासाठी ASCI भर देते. ग्राहक, समाज आणि विक्रेता या सर्वच वर्गांना हितकारक आणि योग्य असणारी आचारसंहिता तयार करण्यावर संस्थेचा भर आहे. त्यानुसार स्वयंनियंत्रणाची आचारसंहिता या संस्थेने तयार केली आहे. या आचारसंहितेचे लाभ पुढीलप्रमाणे सांगता येतील.

- असत्य जाहिराती आणि अयोग्य दावे यावर नियंत्रण
- जाहिरातदारांची आणि जाहिरातीची विश्वासार्हता यामध्ये वाढ
- जाहिरातीची विश्वासार्हता, उत्पादने व सेवा यांची स्वीकारार्हता यात वाढ.

xxxxx साबण

सौंदर्याची निगा राखणे चांगलेच, त्यासाठी साबणपण हवाच. चांगला साबण वापरणे सौंदर्यासाठी हितकारकच. त्यासाठी साबणात चांगली व पोषक द्रव्ये हवीत. अशा दर्जेदार साबणांच्या विक्रीसाठी आकर्षक मॉडेल्सचा वापरपण गैर मानता येणार नाही. म्हणून त्या मॉडेल्सना अर्धनग्नावस्थेत दाखविणे योग्य आहे काय? सौंदर्याच्या निगेसाठी सौंदर्याची अशी विक्री आणि प्रसिद्धी योग्य आहे काय?

अविश्वास आणि आक्षेप यामध्ये कपात, परिणामतः न्यायालयातील खटले, तक्रारी यावर नियंत्रण, मूलभूत तत्त्वांची आधारशिला, ॲड्व्हर्टायझिंग स्टॅण्डर्ड्स कौन्सिल ऑफ् इंडिया या संस्थेने २० नोव्हेंबर, १९८५ रोजी 'आत्मनियंत्रणाची आचारसंहिता' प्रसारित केली आहे. ही आचारसंहिता संस्थेच्या नियमावलीतील २ कलमानुसार प्रसारित करण्यात आली आहे.

या आचारसंहितेचे उद्देश पुढीलप्रमाणे आहेत –

अ) अयोग्य उत्पादने व सेवा यांची विक्री वाढविणाऱ्या जाहिरातीवर प्रतिबंध घालणे.

ब) समाजस्वास्थ्यावर विपरीत परिणाम करणाऱ्या जाहिरातीवर मर्यादा घालणे.

क) जाहिरातदार आणि समाज यांच्या विचारसरणीत सामंजस्य निर्माण करणे. ही आचारसंहिता ग्राहकाच्या हिताच्या सर्वोच्च संरक्षणासाठी आहे :

१) खोट्या, अनुचित आणि अयोग्य जाहिरातीवर नियंत्रण ठेवणे.

२) जाहिरातीच्या दाव्यामध्ये सत्यता, प्रामाणिकता, व्यावसायिक नीतिमत्ता असावी यासाठी विशेष प्रयत्न करणे.

३) जाहिरातीचा अमर्याद वापर करून ग्राहकांच्या मनोवृत्तीवर विपरीत परिणाम होणार नाही याची खात्री करणे.

४) स्पर्धेच्या बाजारपेठेत जाहिरातदार आपल्या स्पर्धकांवर विपरीत आरोप करणार नाहीत. उत्पादन व सेवा याविषयी योग्य दावे करतील.

५) परस्परांना अपमान होईल असा प्रसार करणार नाहीत.

आचारसंहिता पालन करण्याचे दायित्व व आत्मनियंत्रणाची आचारसंहिता पालन

करण्याची जबाबदारी सर्वच घटकांची आहे. ही आचारसंहिता खालील घटकांनी पाळली पाहिजे असा संस्थेचा आग्रह.

१) **जाहिरातदार** : जाहिरातीची संकल्पना, तिचा विषय आणि वैशिष्ट्ये, मजकूर याबाबत कार्य करीत असतो, आणि म्हणून आचारसंहिता पालन करण्याची त्याची जबाबादारी प्राथमिक स्वरूपाची आहे.

२) **जाहिरातीची रचना करणारे तज्ज्ञ आणि व्यावसायिक** : हे विविध प्रतीक चिन्हे आणि संकल्पनांचा कलात्मक वापर करतात आणि म्हणून जाहिरातविषयक त्याची जबाबदारीदेखील महत्त्वाची आहे.

मेड फॉर ईच अदर

एका सुप्रसिद्ध सिगरेट कंपनीची मेड फॉर ईच अदर ही जाहिरात आपण सर्वांनीच पाहिली आहे. त्यामध्ये अत्यंत प्रसन्न वदनाने एकमेकांशी गुजगोष्टी करणाऱ्या स्त्री-पुरुषांची जोडी दाखविली आहे. ते दोघेही अत्यंत स्वस्थ आणि आनंदी दाखविले आहेत पण सिगरेट पिणे आरोग्यासाठी हानिकारक आहे या संदेशाला मात्र अगदी खाली बारीक अक्षरांत लिहिले आहे. स्वस्थ आणि आनंदी माणसे सिगरेट पितात आणि त्यांच्यामधील जिव्हाळा एवढा प्रसन्न करणारा असतो ही बाब आनंदकारक आहे. ही जाहिरात गैर नाही काय ?

---

३) **विक्रेते, उत्पादक आणि वितरक** : हे आपल्या उत्पादनांची विक्री व्हावी यासाठी प्रयत्न करतात. त्यासाठी प्रसारमाध्यमाचा वापर करतात आणि म्हणून त्यांनी-देखील आत्मनियंत्रणाच्या आचारसंहितेचे पालन केले पाहिजे.

४) **प्रसारमाध्यमांचे मालक, व्यवस्थापक आणि संबंधित अधिकारी** : यांनीदेखील समाजस्वास्थ्यविषयक जागरूकता दाखवून योग्य/अयोग्य निकषांचे पालन करण्यासाठी आचारसंहितेचे पालन करणे आवश्यक आहे.

आत्मनियंत्रणाची आचारसंहिता आणि कायदा

प्रस्तुत आचारसंहिता म्हणजे कायदा नाही आणि कायद्यापेक्षा श्रेष्ठ किंवा त्यापेक्षा अधिक प्रभावी नियंत्रणतंत्र नाही. ही आचारसंहिता ऐच्छिक स्वरूपाची आहे आणि जाहिरातदारांनी ती स्वतःच्या मर्जीने स्वीकारायची आहे. परंतु, प्रचलित विविध कायद्यांत याच आचारसंहितेमधील अनेक तत्त्वांचा मूलभूत तत्त्वे म्हणून किंवा तरतुदी म्हणून स्वीकार करण्यात आला आहे. आचारसंहितेमधील ही प्रमुख मार्गदर्शक तत्त्वे :

जाहिरातीमध्ये नीतिमत्ता, न्याय, सत्यता आणि सामाजिक हित या तत्त्वांचा समावेश व्हावा यासाठी ज्या विविध तत्त्वांचा स्वीकार करण्यात आला आहे, त्यांचा येथे ऊहापोह करण्यात आला आहे. जाहिरातविषयक नियंत्रण ठेवणाऱ्या ASCI या संस्थेने ह्या आचारसंहितेचे चार प्रकारांत वर्गीकरण केले आहे :

प्रकार १

जाहिरातीमधील सत्यता आणि दाव्यांची वास्तविकता

१) जाहिरात ही वास्तवाला धरून आणि सत्याचा योग्य आधार घेऊन तयार करण्यात यावी. त्यातील दावे सिद्ध करता येतील यासाठी योग्य पुरावे किंवा विधायक आधार हवा.

२) जाहिरात जर संशोधनातील पाहणी आणि अनुमाने यावर आधारित असेल, तर त्या संशोधनाचे स्थळ, काळ व इतर माहिती देणे आवश्यक आहे.

३) कोणत्याही ठराविक व्यक्तीचा, संस्थेचा जर संदर्भ म्हणून उल्लेख करावयाचा असल्यास त्याची निश्चित व लेखी अनुमती प्रथम जाहिरातदाराने घ्यावी.

४) सत्य, वास्तविकता आणि कोणतीही घटना यांची आपल्या सोयीनुसार मांडणी करून, त्यातील काही भाग गाळून जाहिरातदाराने आपल्या उत्पादनाची विक्री करू नये.

५) जाहिरात अतिरंजित आणि अवास्तव कल्पनारम्य घटनांचा सत्य म्हणून वापर करून तयार करण्यात येऊ नये.

प्रकार २

जाहिरात आणि सामाजिक सभ्यता

जाहिरातीमध्ये अनुचित, अयोग्य, सामाजिक स्वास्थ्याला अपायकारक आणि प्रचलित सामाजिक नीतिनियमांच्या विपरीत कोणताही मजकूर असू नये.

प्रकार ३

समाजस्वास्थ्याला अपायकारक उत्पादनाची व सेवांची विक्री यासाठी जाहिरातीवर प्रतिबंध

१) हिंसा, अत्याचार, गुन्हेगारी आणि असहिष्णुता यांना प्रोत्साहन देणाऱ्या जाहिरातींवर प्रतिबंध

२) कोणतीही जमात, धर्म, वर्ण, वंश, राष्ट्रीयत्व यांच्याविरुद्ध प्रचार किंवा

विद्वेषाची भावना प्रसारित करणाऱ्या जाहिराती यावर प्रतिबंध

३) विविध देश, राज्ये यामध्ये द्वेष किंवा बदनामीकारक मजकूर पसरविणाऱ्या जाहिराती.

४) गुन्हेगारी कृतीसाठी विशेषतः मुलांना प्रोत्साहित करणाऱ्या जाहिरातींवर बंदी?

५) लहान मुले व बालके यांना शारीरिक किंवा मानसिक अपायकारक, जाहिरात, मजकूर किंवा उदाहरण देऊन ठराविक सेवा किंवा वस्तूची खरेदी करण्यासाठी प्रोत्साहित करणे.

६) अस्वच्छता, अनियमितता, गुन्हेगारी आणि अयोग्यवृत्तीचे समर्थन करणाऱ्या, सुरक्षा आणि समाजसंरक्षणास उपयुक्त नियमांचे उल्लेख करण्यास प्रोत्साहन देणाऱ्या जाहिराती.

७) कोणत्याही कायद्याचे उल्लंघन करण्यास प्रोत्साहन देणाऱ्या जाहिराती अयोग्य आहेत.

८) कायद्याने ज्यांचा वापर प्रतिबंधित केला आहे अशा उत्पादनांची जाहिरात करणे अयोग्य आहे.

प्रकार ४

स्पर्धा आणि बाजारपेठेच्या मुक्त वातावरणात जाहिरात करताना पाळावयाची बंधने :

१) तुलनात्मक जाहिरात करताना स्पर्धकाचे नाव घेणे अनुचित आहे.

२) तुलनात्मक जाहिरात करताना केवळ उत्पादनाच्या वैशिष्ट्याची तुलना करावी.

३) ठराविक उत्पादनाला अनुचितपणे श्रेष्ठत्व प्राप्त होईल अशा प्रकारे उत्पादनाची जाहिरात करण्यात येऊ नये.

४) तुलना केवळ वास्तविक वैशिष्ट्ये, सत्यता, अचूकता यांच्या आधारावर व्हावी.

५) स्पर्धकाची अकारण बदनामी होईल, त्याची त्याच्या उत्पादनाची कोणत्याही कारणास्तव नालस्ती होईल, अशा प्रकारचे दावे किंवा प्रतिदावे करण्यात येऊ नये.

६) स्पर्धक उत्पादकांच्या जाहिरातीच्या नमुन्याप्रमाणेच आपल्या उत्पादनाची जाहिरात असू नये, त्यातील अनावश्यक साम्य अयोग्य मानले जाईल.

❏❏

८

जाहिरात आणि संस्कृती

Today it is almost axiom that in order to discover truth of an advertisement it is necessary to read between the lies -   *Franh Flatcher*

जाहिरात आहे तरी काय?

आर्थिक विकासाचे ते चक्र आहे,
औद्योगिक प्रगतीची गमक शक्ती.
उपभोगाची ती प्रेरक आशा,
बाजारपेठेतील विपुलतेची हमी.
शासक, नट, विक्रेते यांची संजीवनी,
ग्राहकांचे डोळे, कान आणि माहितीची जननी.
समाजाच्या जीवनस्तराची ओळख खरी.
जाहिरात आहे तरी काय?

प्राचीन काळापासून मनुष्याला विकासाची ओढ राहिली आहे. कुतूहल, चिकित्सा आणि विकासाची भावना या सर्वच बाबी मानवी विकासाच्या घटक आहेत. आपले आचार, विचार आणि जीवनपद्धती या सर्वच गोष्टींचा आपल्या सांस्कृतिक समृद्धीशी संबंध आहे. आदीम काळापासून मानवीय विकासाचा प्रदीर्घ प्रवास म्हणजे सांस्कृतिक समृद्धी, विचार आणि परंपरा यांच्या आदान-प्रदानाची एक मनोरम कहाणी आहे. आज आपण आत्मिक, आध्यात्मिक आणि नैतिक समृद्धीच्या सर्वोच्च शिखरावर

पोहोचलो आहोत ते प्रगतिशील विचारसरणी, नावीन्याची ओढ यामुळेच.

संस्कृती या शब्दाचा एकीकृत आणि संपूर्ण अर्थ सांगणारी परिभाषा देणे अत्यंत कठीण आहे. समाजात होत असणाऱ्या सर्वच घडामोडींचा संस्कृतीशी परोक्ष-अपरोक्ष संबंध असतो. संस्कृतीच्या परिवर्तनाचे प्रतिबिंब म्हणजे सामाजिक घटना आणि त्याविषयीच्या विविधांगी प्रतिक्रिया होय. या सर्वांमध्ये मग चांगल्या-वाईट, योग्य-अयोग्य आणि समाजाची मान्यताप्राप्त असणाऱ्या किंवा नसणाऱ्या सर्वच घडामोडींचा समावेश होतो.

संस्कृती शब्दाची व्याप्ती असाधारण आहे, अथांग आहे. त्यात अनेक घटक आणि उपघटक समाविष्ट होतात. देश, काळ, परिस्थिती आणि समाजरचनेची अवस्था यानुसार संस्कृतीचे स्वरूप बदलते. प्रशासन, राज्यपद्धती, अर्थव्यवस्था, तंत्रज्ञान आणि शिक्षण व सामाजिक उन्नतीची अवस्था याचा संस्कृतीवर परिणाम होतो.

असत्य विधानांचे समर्थन

काही जाहिरातीमध्ये एखाद्या डॉक्टरचा पोषाख घातलेला व्यक्ती मोठ्या गंभीरपणे सल्ला देतो व ठराविक उत्पादनांची शिफारस करतो. प्रत्यक्षात तो डॉक्टर नसतो. वकीलाचा गाऊन घातलेला मॉडेल ॲपन घातलेली स्त्री किंवा गंभीर चेहऱ्याच्या सल्लागारांचे वास्तविक स्वरूप (?) वेगळाच असते. अशावेळी त्यांनी दिलेला सल्ला कितपत स्वीकारायचा हे विवेकाने ठरवावयास हवे.

सचिन तेंडुलकर, सलमान खान, दीपिका आणि इतर खेळाडू, नट किंवा प्रसिद्ध व्यक्ती त्या उत्पादनांची जाहिरात करतात व जे दावे करतात त्यावर विश्वास ठेवताना विचार करणे आवश्यक आहे कारण 'प्रसिद्ध पुरुष म्हणजे विद्वान पुरुष' हे काही खरे नाही.

संस्कृतीची निर्मिती व रचना हे केवळ एका व्यक्तीचे, पिढीचे कार्य नाही. तसेच ते केवळ एका मर्यादित व्यक्तिसमूहाचेदेखील कार्य नाही. संस्कृतीचा विकास, संपन्नता आणि प्रगती हे अनेक पिढ्यांचे, शतकांचे कार्य आहे. ती एक संतत प्रक्रिया आहे. अनेक ज्ञात आणि अज्ञात व्यक्ती, घटना आणि संस्थांच्या योगदानातून सांस्कृतिक विकासाने होत असते. क्षमता, योग्यता, वैचारिक प्रगल्भता आणि विविधांगी कार्याच्या माध्यमातून सांस्कृतिक संपन्नता घडून येते. ते एक अत्यंत जटिल कार्य आहे, जे अनेक व्यक्तींच्या भगीरथ प्रयत्नांचा परिपाक आहे.

संस्कृतीचे दोन पक्ष आहेत – अंतर्गत आणि बाह्य. यांचा परस्परसंबंध अत्यंत निकटचा आहे. भाषा, कला, माध्यमे, शिल्प, वास्तू आणि रचनात्मक वाटणाऱ्या विविध घटकांचा बाह्य घटकात समावेश होतो. या बाह्य घटकांच्या माध्यमातून आपणास सांस्कृतिक रचनेचा अंदाज येतो. संस्कृतीच्या अंतर्गत घटकात मानवीय प्रकृती, दर्शनशास्त्र, जीवनमूल्ये, सामाजिक संबंध आणि व्यक्तीच्या वर्तणुकीविषयी असणारे अलिखित नियम यांचा समावेश करता येईल.

संस्कृतीचा विकास या दोन्ही घटकांच्या प्रगतीतून होतो. बाह्य घटकांचा विकास होत असताना अंतर्गत घटकाची प्रगती खुंटेल आणि अंतर्गत मूल्यांची उन्नती होत असताना बाह्य प्रगती मंदावेल असे सामान्यपणे संभवत नाही.

जाहिरातीचा संस्कृतीच्या या सर्वच पैलूंवर प्रभाव होत असतो. जाहिरात हा सर्वाधिक प्रभावी आधुनिक घटक आहे. कारण हे माध्यम अत्यंत तरल आणि जलद आहे. त्याच्या चमत्कृतीपूर्ण स्वरूपाने आणि व्यापक विविधतेने ते मानवी स्वभावावर, मूल्यांवर आणि जीवनपद्धतीवर असाधारण प्रभाव गाजविते.

१) जाहिरातीचा संगीतावर होणारा प्रभाव : संगीत हे मानवी सभ्यतेचे आणि सांस्कृतिक संपन्नतेचे अभिन्न अंग आहे. प्रगत आणि अभिरुचिपूर्ण समाजाचा तो आरसा आहे. प्रत्येक समाजाचा तो सांस्कृतिक आत्मा आहे. संगीताचा जाहिरातीसाठी वापर अनेक दशकांपासून होत आहे. व्यक्तीचे जीवन आणि व्यक्तिमत्त्व परिपूर्ण व्हावे यासाठी संगीत हाच मूलस्रोत आहे.

आजच्या जाहिरात युगात संगीताचा प्रयोग, मानवीय आवाज आणि वैचारिक क्षमता विशिष्ट दिशेने कार्यप्रवण व्हावी यासाठी होत आहे. जाहिरातीमध्ये संगीताचा अत्याधिक वापर होत आहे. विशेषतः दृक्–श्राव्य माध्यमामध्ये, संगीताचा वापर वाढत आहे. या संगीताचा वापर वस्तूच्या उपयोगासंबंधी, गरजेसंबंधी ग्राहकाने विवेकपूर्ण विचार करू नये, त्याचे देहभान हरपून त्याने मोहित व्हावे यासाठी आहे.

संगीतातील माधुर्य आणि रुचिपूर्ण नाद यामुळे ते व्यक्तीच्या मनावर प्रभाव करते, त्याचे त्यात वारंवार स्मरण होते. ह्या संगीतमय व आत्यंतिक नियमितपणे होणाऱ्या जाहिरातीमुळे श्रोता / ग्राहक , ठराविक वस्तू / उत्पादन / सेवा बाबत विवेकाने विचार करीत नाही आणि त्याची खरेदी केवळ भावनातिरेकाने होते.

संगीताचा वाढता वापरदेखील अभिरुचिहीन स्वरूपाचा आहे. संगीताचा दर्जा घसरत आहे आणि त्यातील पारंपरिक दर्जेदारपणा ताल, लय आणि योग्यता जाऊन, त्याची जागा सामान्य दर्जाचे, भडक आणि अकारण उत्तेजकता वाढविणारे टाकाऊ संगीत घेत आहे.

२) शिक्षणव्यवस्थेवर होणारा परिणाम : शिक्षणव्यवस्थेवर होणारा प्रभाव विविध स्वरूपात आढळून येतो. हा प्रभाव अधिक व्यापक आणि खोलवर होणारा आहे. जाहिरातीमुळे जागृती आणि वैचारिक प्रगल्भता येत आहे. सामाजिक चेतना आणि अधिकारप्रति जाणीव निर्माण होत आहे.

विविध जाहिराती ह्या मानवी हक्क, सामाजिक कर्तव्ये, अधिकार आणि देश, समाज व संस्था याप्रति आपले दायित्व याबाबत लोकशिक्षणाचे श्रेष्ठ कार्य करीत आहेत. पाणी वाचवा साधनांचा विवेकपूर्ण वापर करावा ह्यासारखे संदेश देणाऱ्या जाहिराती खरोखरच लोकशिक्षणाचे महत्त्वाचे कार्य करीत आहेत. 'लोकसंख्यावाढ थांबवा', 'प्रदूषण टाळा आणि संतुलित विकासासाठी प्रयत्न करा' हा संदेश देणाऱ्या अनेक विचारप्रवर्तक जाहिराती आपल्या वाचनात / पाहण्यात येतात.

जाहिरात हे परिवर्तनाचे माध्यम आहे. ते लोकशिक्षण, व्यक्तिविकास आणि विवेकपूर्ण खरेदी यासाठी मार्गदर्शन करणारे एक सामाजिक माध्यम आहे. म्हणूनच जाहिरातीला सांस्कृतिक विकासाचा एक प्रतिनिधी मानले पाहिजे.

We live surrounded by a systematic appeal to a dream world which all scientific people readily believe we quite literally advertise our commitment to immaturity, mendacity and perfound suitability. It is the hell.... of our culture. *John Keneth Galbraith*

जाहिरात आणि समाज

सामाजिक स्थिती आणि स्थित्यंतरे यावरदेखील जाहिरातींचा विशेष प्रभाव पडतो असेच लक्षात येते. प्रभावित करणाऱ्या, नवीन जगाची स्वप्ने दाखविणाऱ्या आणि मोहजालात नजरबंद करणाऱ्या अनेक जाहिराती दररोज प्रसारित होत असतात. आर्थिक समृद्धीची आशा दाखविणाऱ्या, सामाजिक प्रतिष्ठेत भर पडेल असे आभास देणाऱ्या आणि मानसन्मान अथवा रुतबा वाढेल असा भ्रम वाढविणाऱ्या अनेक जाहिराती आपण दररोज पाहतो.

प्रत्येकच व्यक्तीला आपण आहोत त्यापेक्षा अधिक संपन्न आणि दर्जेदार जीवनाची कामना असते, आणि त्याचा अपरिहार्य परिणाम म्हणजे, तो जाहिरातींमधील आश्वासने खरी मानतो. त्यातील वचने आणि विधाने त्याला सत्य वाटतात. त्यात अतिशयोक्ती आहे. अवास्तवता आणि अवाजवी वाटणारे विधान आहे याचा तो साकल्याने विचार करीत नाही. आपण जे काही खरेदी करणार आहोत ती आपली खरी गरज आहे. त्या वस्तू अथवा सेवेशिवाय आपले जीवन असह्य आहे असाच त्याचा भ्रम

असतो. स्वतंत्रपणे जो विचार करण्यास असमर्थ होतो त्याचा विवेक हरवतो आणि तो जाहिरातीच्या मनोराज्याचा गुलाम होतो.

जाहिरात आणि नीतिमत्ता काही महत्त्वपूर्ण नियम :

* नीतिमत्तेची प्रचलित तत्त्वे जाहिरातदारांना बंधनकारक आहेत काय?
* जाहिरातदारांनी 'केवळ सत्यच' सांगितले पाहिजे काय?
* आक्रमक बाजारपेठतंत्राचे समर्थन करणाऱ्या जाहिराती योग्य आहेत काय?
* स्पर्धक सुधारक विक्रेत्यांशी युद्ध पुकारणाच्या चिखलफेक करणाऱ्या जाहिराती समर्थनीय आहेत काय ?
* जाहिरातीमधून अनावश्यक काम व कामाविषयक आवाहनाचे समर्थन करता येईल काय ?
* अनावश्यक व अतिशयोक्तिपूर्ण दावे करणारी जाहिरात योग्य आहे काय?
* राजकीय हेतू व पक्षांचे समर्थन करणाऱ्या जाहिराती नीतिमत्तेला धरून आहेत काय?
* लहान मुलांना संमोहित करणाऱ्या त्यांना मोहात पाडणाऱ्याचा जाहिराती वास्तवाला धरून आहेत काय ?
* जाहिरात आणि प्रचारथाटाच्या भडक विधानांमध्ये अंतर असले पाहिजे काय?

भौतिक वाद, उपभोक्ता कृती याविषयी तो सामाजिक होतो. त्याला आपण नायक / नायिका होऊ, समाजाचे धुरीण किंवा अत्यंत प्रतिष्ठित व मान्यताप्राप्त विद्वान होऊ असा भ्रम होतो आणि त्या मायाचक्रातून त्याची सुटका होत नाही. कारण जाहिरातींचे नवे नवे प्रकार, नवे संदेश आणि नवी उदाहरणे व सेवा याचा सतत भडिमार होत असतो.

जीवनाचा स्तर वाढविण्यासाठी, उद्योगाचे प्रमाण वाढविण्यासाठी जाहिरातदार सतत प्रयत्न करतात आणि त्यातून नवीन तंत्रे, युक्त्या व उपायांचा प्रयोग सतत होत असतो. याचा परिणाम ग्राहकाच्या मनोवृत्तीवर विपरीत स्वरूपात होतो याचा विचारच केला जात नाही.

मानसशास्त्रीय तंत्राचा वापर करून ग्राहकांवर जो सतत दबाव टाकण्यात येतो, त्याच्या मानसिकतेवर प्रभाव होईल यासाठी जे प्रयत्न केले जातात त्याबाबत विवेकपूर्ण विचार जाहिरातदार करीत नाहीत. एखादे उत्पादन खरेदी केले नाही तर आपण मागासवर्गीय घोषित केले जाऊ, आपल्याला सामाजिक प्रतिष्ठा प्राप्त होणार नाही या प्रकारची विचारशैली तयार होते व त्यातून आपल्या आर्थिकक्षमतेचा विचार न करता

खर्च केला जातो, ही अत्यंत धोकादायक बाब आहे. त्यातून तो प्रत्यक्षात आर्थिकरीत्या दुर्बल होतो आणि त्याच्या सामाजिक प्रतिष्ठेत मात्र कोणतीही वास्तविक वाढ होत नाही.

जाहिरात युद्धे आणि किंमत युद्धे, यामुळेदेखील ग्राहकाची दिशाभूल होते. ग्राहकाला आपण काय खरेदी करावे आणि काय खरेदी करू नये याचा योग्य विचार करता येत नाही, तो गोंधळात पडतो, त्याची वैचारिक क्षमता कुंठित होते आणि त्याला मानसिक ताणामुळे नको त्या वस्तूंची खरेदी करावयाची इच्छा होते.

जाहिरातीमुळे अशा प्रकारे सांस्कृतिक मूल्यांचा ऱ्हास होत असतो. त्यांचा अतिरेक आणि अतिरंजित प्रचार यांचा ग्राहकांवर, समाजावर आणि आर्थिक व्यवहारांवर विपरीत परिणाम होतो. अवास्तविक आणि स्वप्नाळू वृत्तीने जगणारा समाज जन्माला येतो. त्याचा विवेकाशी आणि विवेकी व्यवहारवादाशी संपर्क संपतो, त्याची वैचारिक वाढ संपुष्टात येते.

बालक आणि युवकांवर प्रभाव : बालक आणि युवा वर्गावरदेखील जाहिरातींचा विपरीत प्रभाव आढळून येतो. विविध प्रकारच्या खोट्या, अवास्तववादी आणि कल्पनारम्य चित्रणातून प्रत्यक्षात काहीच साध्य होत नसते. परंतु, या मृगजळाच्या मागे धावणारा एक अव्यवहारी आणि स्वप्नाळू समाज तयार होतो. तो आपल्या खोट्या आणि अतर्क्य वाटणाऱ्या मायावी जगात वावरतो. ठराविक उत्पादने किंवा सेवा खरेदी केल्या म्हणजे आपण अभिनेता, सुपर हिरो, महान कलाकार, श्रेष्ठ गायक, खेळाडू होऊ असा त्याचा अपसमज होतो. तो या आशावादी प्रतीकांना वास्तविक जग मानतो, त्यांनाच जीवनाचे खरे स्वरूप समजतो आणि त्यामुळे त्याच्या वागण्यात, विचारशैलीत आणि जीवनपद्धतीत कृत्रिमता, नाटकीपणा आणि अतिरंजितपणा येतो. त्यातून जीवनाप्रति योग्य, विवेकपूर्ण आणि जागरूक व्यवहारवादी दृष्टिकोन नष्ट होतो. स्वतःविषयी, जगाविषयी आणि वस्तू व सेवा याबाबत केवळ 'उपभोग'वादी विचारसरणीला प्रोत्साहन मिळते. या जगातील प्रत्येक वस्तू केवळ खरेदीसाठी, उपयोगासाठी आणि वापरण्यासाठी आहे असा विकृत विचार प्रबळ होतो. गरजेपेक्षा अधिक वस्तूंची खरेदी करणे, नको त्या आणि नको तेव्हा आवश्यक वस्तूंची खरेदी करणे, केवळ सामाजिक प्रतिष्ठेचे प्रतीक म्हणून अत्यावश्यक खरेदी व उपभोग घेणे या गोष्टी जाहिरातीच्या कुप्रभावातूनच जन्मास येतात.

स्त्रियांचे अयोग्य आणि आपत्तिकारक चित्रण : जाहिरातींच्या माध्यमातून स्त्रियांचे अनेक प्रकारे आपत्तिकारक आणि अयोग्य चित्रण केले जाते. त्यांच्या प्रतिमेचा केवळ भोगवस्तू म्हणून उपयोग केला जातो. केवळ पुरुषांसाठी उपयुक्त असणारी, वस्त्र

प्रावरणे, वस्तू आणि सेवा यांच्या विक्रीसाठी स्त्री प्रतिमांचा वापर गैर आहे, आक्षेपार्ह आहे.

भारतीय जाहिरातीमधील साचेबंद स्त्रीप्रतिमा :

* पतिनिष्ठ स्त्री   सर्वस्वाचा त्याग
* कुटुंबवत्सल स्त्री   स्वत:च्या गरजांना शेवटचा प्राधान्यक्रम.
* परंपरानिष्ठ   व्रतवैकल्ये व धार्मिक कार्यात सहभाग.
* समाजाप्रति दृष्टिकोन   रूढीप्राय व कर्मठ
* कार्यप्रणालीत सहभाग   निर्णयप्रक्रियेत सहभाग नाही
* ग्रामीण स्त्री   अर्धशिक्षित, अज्ञानी स्त्री

द्वयर्थी संवादाची वाक्ये, भडक व उत्तान पोशाखातील स्त्रियांचा प्रतिमा म्हणून वापर आणि स्त्रियांचे विकृत स्वरूप चित्रित करणे सामाजिक स्वास्थ्यासाठी अयोग्य मानले पाहिजे.

स्त्री ही उपभोग्य वस्तू नाही. तिला खरेदी आणि विक्री मूल्य नाही, तिला आत्मसन्मान आणि स्वतंत्र प्रतिमा आहे. तिला भावना आणि व्यक्तित्व आहे याची जाणीव नष्ट होत आहे.

इलेक्ट्रॉनिक प्रसारमाध्यमे आणि वृत्तपत्रांचा प्रसार वाढत आहे. त्यातून नवीन ग्राहकवर्ग प्राप्त व्हावा यासाठी जाहिरातींचा प्रसार आणि प्रभावी उपयोग केला जात आहे. स्वस्थ, मनाला प्रसन्न करणाऱ्या आणि विचारप्रवर्तक जाहिरातींची जागा भडक आणि उत्तान चित्रण करणाऱ्या, सर्वच गोष्टींचे उपभोगवादी चित्रण करणाऱ्या जाहिराती घेत आहेत. त्यामुळे नीतिमत्ता, परस्परांचा आदर करणाऱ्या आणि समाजाच्या प्रगतीच्या विवेकवादी दृष्टिकोनाचे चित्रण अभावानेच होत आहे. ही बाब गंभीरतेने घेतली पाहिजे.

पाश्चिमात्य विचारसरणी आणि संस्कृतीचा प्रभाव

आपल्या जीवनपद्धती, कार्यशैली आणि विचारप्रवृत्तींवर पाश्चिमात्य संस्कृतीचा व विचारांचा प्रभाव वाढत आहे. जाहिरातीच्या वाढत्या प्रसारातून विशेषत्वाने पाश्चिमात्य विचारसरणीचा प्रभाव वाढत आहे असेच लक्षात येते.

पाश्चिमात्य जीवनशैली, आचारविचार आणि जीवनमूल्ये यांचा मुक्त आणि अनिर्बंध प्रसार या जाहिरातींमुळे होत आहे. स्त्री-पुरुष, पाल्य-पालक संबंध आणि सामाजिक विचारसरणी यातून एक स्वैरवृत्ती आणि अनियंत्रित समाजवृत्ती निर्माण होत आहे.

आपल्या अनेक परंपरा, आदर्श आणि नीतिमत्तांचा या वाढत्या प्रभावामुळे पूर्ण पराभव होत आहे. जे काही परकीय आहे ते सर्व चांगले आहे आणि आपले सर्वकाही टाकाऊ व निकृष्ट आहे, अशी हीनत्वाची भावना यातून निर्माण होत आहे. पाश्चिमात्यांचे अंधानुकरण करण्याची एक अयोग्य आणि अविवेकपूर्ण स्पर्धा त्यातून जन्माला येत आहे. याचा विचार करणे अत्यंत महत्त्वाचे आहे.

जाहिरात आणि एकंदर सामाजिक विचारसरणी

समाजाच्या एकंदरीत विचारसरणीवर जाहिरातींचा जो बरा-वाईट परिणाम होतो त्याचा साकल्याने विचार करणे अत्यंत अगत्याचे आहे. सामाजिक संबंधात येणारी यांत्रिकता, उपभोगवादी विचारसरणी आणि अनावश्यक व खोट्या प्रतीकांप्रति असणारे आकर्षण या बाबी खचितच चिंताजनक आहेत.

व्यक्तिगत भावनांचा अतिरेक, आत्मकेंद्री वृत्तीचा प्रसार, कुटुंबव्यवस्थेवर होणारा विपरीत प्रभाव या सर्वांचा विचार जाहिरातीच्या संदर्भात करणे आवश्यक आहे. कारण जाहिरात केवळ उत्पादनाच्या व सेवेच्या विक्रीसाठी केली जात नाही. जाहिरात केवळ प्रचाराचे माध्यम नाही, तर ते परिवर्तनाचे साधन आहे. सामाजिक जाणीव आणि व्यक्तिगत विचारांना संपविणारे व यंत्रवत करणारे 'मानवी रोबो' तयार करणे हे जाहिरातीचे कार्य नाही.

जाहिरातदारांनी आपली सामाजिक आणि नैतिक जबाबदारी समजून कार्य करणे हेच त्यांचे कार्य आहे आणि त्यासाठी पुढाकार घेणे, योग्य संदेश, माहिती आणि विवेकपूर्ण विचारांचे प्रवर्तन करणे हेच जाहिरातदारांचे खरे कर्तव्य आहे.

जाहिरातींची नैतिकता

आज सर्वसामान्य नागरिकाचे जीवन पूर्णतः प्रसार व प्रचार माध्यमांद्वारे नियंत्रित केले जात आहे. कळत किंवा नकळत, प्रत्यक्ष आणि सुप्तपणे मानवी मनांवर जाहिरातदार आणि प्रसारमाध्यमे आक्रमण करीत आहेत. आपल्या जागृत मनापेक्षा सुप्तमनावर राज्य करणे हेच जाहिरातदारांपुढील खरे आव्हान आहे आणि त्याच्या पूर्ततेसाठी त्यांनी अनेक तंत्रांचा, मानसशास्त्रीय सिद्धान्तांचा उपयोग केला आहे. बरेचदा ग्राहकांच्या जाणिवांना स्पर्श करणाऱ्या पण वरवर अदृश्य असणाऱ्या मानसशास्त्रीय तंत्राचा जो प्रभाव ग्राहकांवर होत आहे, त्याची त्याला कल्पनादेखील येत नाही. संतत स्वरूपाचे जाहिरात मोहिमांचे आक्रमण समाजमनाला बांधून ठेवते, ग्राहकांची विचारशक्ती आणि सारासार विचार करण्यासाठी सक्तीने प्रवृत्त करते, त्याच्या स्वयंभू विचारक्षमतेला ती पंगू करते, किंवा बदलवून टाकते. अमेरिकन पब्लिक रिलेशन्स सोसायटीच्या अध्यक्षांनी

याबाबत आपले मत व्यक्त करताना म्हटले आहे की, ''आम्ही मनाच्या सुप्त पण नाजूक विचारशक्तीवर प्रयोग करण्याचे कार्य करतो. आजचे प्रयोग म्हणजे मानवी मनांबरोबर केलेले विविध खेळच आहेत.''

जाहिरातदाराचे कार्य कशा प्रकारचे आहे या विषयीचा निश्चित अंदाज यावा याबाबतचा एक संवाद स्प्लिट इंक मासिकाने प्रकाशित केला आहे :

''तुमचे नाव स्मिथ?''

''होय महोदय !''

''आपण जाहिरात विभागाचे प्रमुख आहात काय?''

''होय !''

''मग तुम्ही विचार करायला केव्हा प्रारंभ करणार? काहीतरी नवीन सांगणार आहात काय? कारण आजकाल तुम्ही केलेली जाहिरात बातमी वाटते, त्यात काहीच खमंगपणा नाही, नावीन्य नाही, वेगळेपणा नाही.''

''चला महाराज लवकर काम सुरू करा नाहीतर मग वेगळा विचार करा.''

जाहिरातदार हा व्यावसायिक मानसशास्त्रज्ञ आहे. मानवी मन हाच त्यांच्या व्यवसायाचा खरा आधार आहे. या मनाला प्रभावित करणे, त्याला ठराविक प्रकारे विचार करण्यासाठी बाध्य करणे, हेच जाहिरातदाराचे कर्तव्य आहे. समाजशास्त्र, संस्कृतिशास्त्र, मानववंशशास्त्र, अर्थशास्त्र आणि वर्तनशास्त्रातील विविध प्रयोगांचा मानवी वर्तणुकीवर व मनोभूमिकेवर काय प्रभाव होतो, याचे अध्ययन करून, बाजारपेठेतील ग्राहकाला आवडेल असा विज्ञापनांचा, संदेशाचा माल तयार करणे, त्याचा वापर विविध उत्पादनांच्या विक्रीसाठी करणे हेच जाहिरातदाराचे खरे कार्य मानले जाते. याबाबत, लुइस चेस्कीम यांनी दिलेली खालील उदाहरणे विचार करण्यासारखी आहेत.

१) स्त्रिया सौंदर्य प्रसाधने खरेदी करीत नाहीत, त्यांना सुंदर दिसण्याची, तारुण्य टिकविण्याची आशा आम्ही विकतो.

२) फळविक्रेते संत्री व ऑलीव विकत नाहीत, तर ते चैतन्य व आरोग्याची हमी विकतात.

३) स्कूटर किंवा मोटार विक्रेते वाहनाची विक्री करीत नाहीत, तर ते समाधान, प्रतिष्ठा आणि सुविधा यांची विक्री करतात.

जाहिरातदार ग्राहक मानसशास्त्राचे कुशल अभ्यासक असतात. त्यांना ग्राहकांची मनोवृत्ती कशा प्रकारे बदलते याचे नेमके ज्ञान असते, त्याचा ते उत्पादनविक्रीसाठी विविध प्रकारे वापर करतात. ग्राहकांना सवलती, सूट आणि विशेष लाभ यांचे मोठे

आकर्षण असते. एका विभागीय विक्री भांडाराने याबाबत केलेला एक प्रयोग येथे लक्षात घेण्यासारखा आहे. एका उत्पादनाची किंमत १४ रुपये होती पण त्याच्या विक्रीची गती अत्यंत मंद होती आणि म्हणून या विभागीय भांडाराच्या संचालकांनी त्याची किंमत रु. २९ केली आणि त्यावर ३० टक्के सवलत घोषित केली. परिणामतः, उत्पादन झपाट्याने विकले गेले. उत्पादनाच्या विक्रीसाठी ग्राहकांना प्रभावित करण्यासाठी जाहिरातदार विविध तंत्रांचा वापर करतात, त्यात विवेकाचाच वापर होतो असे नाही; कारण बहुसंख्य ग्राहक भावनांच्या आवेगाने व प्रभावाने आपली निर्णयक्षमता हरवून बसतात. डेव्हिड ऑगिलव्ही यांच्या शब्दांत, I am astonished to find how many advertising men even among the new generation believe that women can be persuaded by logic and arguments to buy one brand in preference to another, even when the two brands are identical (technically), the greater the similarity between the products the part lesser the reason plays in brand selection. The queen of the decision making process in such situation is the emotional hit.

ग्राहकांच्या मानसशास्त्राचा सखोल अभ्यास करून जाहिराततज्ज्ञांनी काढलेले निष्कर्ष विशेष महत्त्वाचे वाटतात. ग्राहकाच्या जागृत मनापेक्षा सुप्त मनावर राज्य करणारे विचार अधिक प्रभावी असतात. या अनुमानाचा वापर करून एका आइस्क्रीम कंपनीने सिनेमागृहातून अत्यंत वेगवान आणि प्रभावी जाहिरात संदेश वापरले. हे संदेश अत्यंत झपाट्याने प्रसारित केले जात, त्यामुळे ग्राहकांना त्यांचा नेमका अर्थ तात्काळ लागत नसे, परंतु त्याचा सुप्तस्तरावर त्याच्या मनावर प्रभाव होत असे. परिणामतः, त्या आइस्क्रीमची विक्री अनेक पटीने वाढली. या प्रकाराला 'सब थ्रेशोल्ड इफेक्ट' हे नाव आहे. वॉलस्ट्रीट जर्नलने ४० वर्षांपूर्वी केलेल्या एका पाहणीनुसार जाहिरातदार आणि विक्रेते सातत्याने नवनवीन जाहिराततंत्रांचा वापर करीत आहेत. त्यासाठी विविध मानसशास्त्रीय शोध व प्रमेये यांचा भरघोस वापर होत आहे. मानवी मनाला एखाद्या यंत्राप्रमाणे हाताळण्याची त्यांची तयारी आहे. मानवी मन हे दुसऱ्याच्या तालावर नाचावयाचे खेळणे झाले आहे, ही बाब फार घातक आहे.

आज जाहिरातदार ग्राहकांच्या निष्ठा मिळविण्यासाठी, त्यांची ठराविक उत्पादनाशी बांधिलकी वाढावी यासाठी विविध युक्त्या वापरतात. त्यात अविवेक, तर्कशून्यता आणि कृत्रिम भेद निर्माण करण्याचे वैचित्र्यपूर्ण तंत्र आहे. स्पर्धकांनी प्रभावित व्हावे, ग्राहकांनी एकनिष्ठ व्हावे यासाठी त्यांच्या मनोभूमिकेवर आक्रमकपणे स्वार होण्याचे हे तंत्र नैतिकतेला मात्र धरून नाही. ऑगिलव्ही यांच्या जाहिरात कंपनीला एका शर्टची

जाहिरात करण्याचे कंत्राट मिळाले. तेव्हा त्यांनी सर्वच प्रतिष्ठित व सर्वाधिक विक्री असणाऱ्या वृत्तपत्रातून कोणताही मजकूर नसणारी पण अत्यंत प्रभावी जाहिरात सातत्याने प्रकाशित केली. त्याचा उद्देश ग्राहकांच्या मनांत अनावश्यक कुतूहल जागविणे हा होता. परिणामतः, शर्टची विक्री चारपटीने वाढली.

गॉडफ्रे फिलिप्सने आपली उत्पादने किती उपयुक्त, प्रभावी आणि दर्जेदार आहेत याचा वाचकांवर परिणाम व्हावा यासाठी 'दि स्टार' या वर्तमानपत्रात दिलेल्या जाहिरातीत ही सर्वात महागडी जाहिरात आहे अशी जाहिरात केली.

प्रतिमानिर्मितीच्या माध्यमातून ग्राहकांच्या मनांवर ठराविक परिणाम करणे, त्याला विशिष्ट प्रकारेच विचार करण्यासाठी प्रवृत्त करणे, हा जाहिरातदाराचा उद्देश आहे.

विल्यम फिदर यांच्या मते, The philosophy behind much advertising is based .... the observation that every man is really two men - the man be is, and the man be waste to be.

'उत्पादनात आत्मप्रतिमा पाहणे' ही ग्राहकांची प्रवृत्ती करण्यावर जाहिरातदार भर देतात. परिणामतः, ग्राहक आपली सारासार विचारबुद्धी हरवतो. त्याला स्वतःचे मानसिक अस्तित्व राहत नाही. कार विक्रेत्यांनी या तंत्राचा वापर करून ग्राहकांना अनेकदा बनविले आहे. पिअरे मार्टिन या जाहिरातदाराला याचे श्रेय जाते. त्यांनी उत्पादन म्हणजेच व्यक्तिमत्त्व (Product is personality) हे तत्त्व व्यवहारात आणले. त्यांच्या शब्दांत, The automobile tells who we are and what we think we want to be. It is a portable symbol of our personality and our position. I am looking for the car that expresses who I am.

आत्मप्रतिमेच्या पिंजऱ्यात ग्राहकांना–नागरिकांना बंदिस्त करणे आणि ठराविक उत्पादनांच्या खरेदीसाठी त्यांना प्रवृत्त करणे खचितच अयोग्य आहे. सिगारेट, मद्ये, चहा, कॉफी, कपडे, वाहने या सर्वच उत्पादनांची विक्री ठराविक प्रतिमांची निर्मिती करून विक्रेते करतात. त्याने ग्राहकांची स्वयम् निर्णयक्षमता हरविली आहे. ते एका विचारतंत्राचे गुलाम होतात.

काम आणि लैंगिक प्रतिमा यांचा अतिरिक्त वापर हे जाहिरातदारांचे आजचे एक वैशिष्ट्य झाले आहे. कामप्रेरणा आणि स्त्रियांची उत्तेजक, कामुक प्रतिमा यांचा ग्राहकांच्या मनोवृत्तीवर प्रभाव होतो, हे जाहिरातदाराच्या अगोदरपासून प्रस्थापित सत्य आहे; परंतु जाहिरातदारांनी त्याचा वापर मात्र विविध प्रकारे केला आहे. नजर खिळवणारे चित्र, विशिष्ट मनोभूमिका तयार करणारी कृती, ठराविक प्रकारच्या प्रेरणा किंवा उत्तेजना

यासाठी स्त्रियांचा संकेतचिन्ह किंवा प्रतिमा म्हणून विशेष वापर होतो.

स्त्रियांचे विवस्त्र किंवा भडक चित्रच पुरुषांना आकर्षित करीत नाही, तर त्यांना उत्पादनांची प्रतिमा म्हणून दाखविले असता त्याचा विशेष प्रभाव होतो, हेदेखील जाहिरातदारांनी लक्षात घेतले आहे. परिणामतः, मोटार किंवा मोटारसायकल ही तुमची प्रेयसी आहे. अशा अर्थाच्या जाहिराती आणि त्यात स्त्रियांच्या अंग प्रत्यंगाचे वर्णन करून ठराविक उत्पादनांची विक्री करणे हा स्त्रीप्रतिमांचा वापर विशेष महत्त्वाचा झाला आहे.

पुरुष पत्नीपेक्षा प्रेयसी या स्त्रीप्रतिमेने अधिक प्रभावित होतो, तो आपल्या प्रेयसीची अधिक जपणूक करतो. हा विचार जाहिरातदारांनी वापरून अनेक उत्पादनांची विक्री तडाखेबंद प्रमाणात केली. कपडे, चॉकलेट्स, अत्तरे, सुगंधी द्रव्ये, प्रसाधने यांच्या विक्रीसाठी हा विचार अधिक प्रभावी ठरला आहे.

स्त्रीची मातृप्रतिमा विशेषतः पत्नीच्या स्वरूपात वापरण्यात आली. पुरुष घरी आराम, प्रेम, आधार, विश्वास आणि धीर या भावनांच्या प्राप्तीसाठी येतो. तो आपल्या पत्नीकडून ह्याच गोष्टींची अपेक्षा करतो. परिणामतः औषधे, अन्नपदार्थ, घर, शोभेच्या वस्तू, घरातील टिकाऊ वस्तू यांच्या संदर्भात पत्नीचा प्रतीकचिन्ह म्हणून जाहिरातदार वापर करतात.

पुरुषाचे पौरुषत्व हा त्यांचा सगळ्यांत कमकुवत दुवा आहे आणि जाहिरातदाराचा सर्वांत सशक्त मुद्दा. सिगारेट, बिअर, मुद्दे, जोडे, वाहने, सुटकेस, कार्यालयीन कामकाजाच्या वस्तू यांच्या विक्रीसाठी जाहिरातदारांनी त्यांच्या पौरुषत्वाचा आणि पुरुषी अहंकाराचा वापर करून त्यांना चांगलेच बनविल्याचे लक्षात येते. मला जे हवे ते मी मिळवीनच. मी मालक माझ्या मर्जीचा. असा विचार जाहिरात तंत्राच्या माध्यमातून सतत मांडला गेला. सिगारेट हे विचार करण्याचे, आव्हान स्वीकारण्याचे, धाडस करण्याचे उत्पादन आहे, हे पुरुषांच्या मनात ठसविण्यात जाहिरातदार यशस्वी झाले आहेत. त्याचाच वापर मादक पेयेविक्रेते, शीतपेये विक्रेते, मोटारसायकल विक्रेते, शर्ट्स आणि जीन कापडांचे विक्रेते, चहा विक्रेते यांनी पण कुशलतेने केला आहे.

प्रसारमाध्यमे व जाहिरातीमधील स्त्री : वास्तव्याच्या पलीकडे स्वप्नाच्या ढगांमध्ये

भूमिका	*विवरण*	*निष्कर्ष*
१) दिखाऊ चमकदार आणि नटलेली नार	कार्यशून्य, केवळ कामुक, स्वप्नाळू स्त्री	अर्थशून्य व चैतन्यशून्य भूमिका. दुय्यम व साचेबंद कार्य. छापील प्रतिमा.
२) मनोरंजनात्मक चटक चांदणी	केवळ मनोरंजन, छंदीफंदी कार्यात गुंतलेली, आत्यंतिक भौतिकवादी व देहस्विनी, टीव्ही, चित्रपट आणि ग्लॅमरचे आकर्षण हेच जीवन सर्वस्व.	स्वातंत्र्य आणि स्वैराचार यातील फरक व समजून घेणारी स्त्री मनस्वी.
३) चिंतामुक्त व स्वच्छंदी स्त्री	स्वातंत्र्याचा अर्थ न कळलेली, अल्लड, स्वप्नाळू, अवास्तव तारुण्य आणि यौवनाचा गर्व असणारी स्त्री.	दायित्व व जबाबदारीचा अभाव असणारी, वास्तवा-पासून दूर असणारी स्त्री
४) नम्रता आणि कामुकताप्रधान स्त्री	आश्चर्य, आनंद, उपभोग आणि समाधान यापेक्षा वेगळ्या भावनांची कदर न करणारी स्त्री	केवळ काम आणि उपभोग हाच जीवनाचा अर्थ मानणारी स्त्री.
५) जीवनाकडे गंभीरपणे पाहणारी	गंभीर, अर्थपूर्ण आणि आव्हानात्मक जीवन जगणारी स्त्री	स्वतंत्र, विवेकी व दायित्वप्रधान.

अशाप्रकारे आत्मप्रतिमेतून गुलामवृत्ती निर्माण होते. ग्राहक मी कोण आहे? माझ्या वास्तविक गरजा काय आहेत? ठराविक उत्पादन मला खरोखरच हवे आहे का याचा विवेकाने विचार करू शकत नाही.

स्त्रियांवरदेखील लैंगिक प्रतिमांच्या पुरुषी प्रतीकांचा प्रभाव होतो. हे मानसशास्त्रीय संशोधनानी सिद्ध केले आहे. जाहिरातदारांनी या प्रतिमांचा वापर करून, मद्ये, सिगारेट, तयार कपडे, शीतपेये, सुगंधी द्रव्ये आणि प्रसाधनांची विक्री मोठ्या प्रमाणात वाढविली आहे. स्त्रिया विनयशील असतात, त्यांच्या मनात कामुक भावना नसतात, त्या स्वतःला कोमलस्वरूपातच व्यक्त करतात, हे पूर्णतः सत्य नाही, हे लक्षात

येताच त्यांचा अनेक प्रकारे वापर करून उत्पादनाची विक्री वाढविणाऱ्या विज्ञापनांची मोहीम राबविली आहे. मार्लबरो या सिगारेट कंपनीने आपल्या उत्पादनांची जाहिरात करताना Alignment of men which women like too असे घोषवाक्य वापरले आणि सदर उत्पादन स्त्रियांमध्ये विशेष लोकप्रिय करण्यात कंपनीला यश मिळाले.

जाहिरातीच्या वाढत्या प्रसारांमुळे ग्राहकांच्या मनोभूमिका ठराविकपणे तयार करणे विक्रेत्यांना शक्य झाले आहे. मला ते उत्पादन हवे आहे (I want it) हा विचार ठसविण्याचे, पूर्णतः बिंबविण्याचे कार्य जाहिरातदार करतात आणि मग ग्राहकाला दुसरा विचार करणेच शक्य होत नाही. काही उत्पादनांशिवाय आपले जीवन अशक्य आहे, किवा आपण प्रतिष्ठेचे जीवन जगू शकणार नाही ही भावना ग्राहकाच्या मनात कायम घर करून राहते. ड्यूपाँट या अमेरिकन कंपनीने याबाबत केलेली पाहणी महत्त्वाची आहे. विविध वस्तूंच्या खरेदीसाठी बाजारात गेलेली गृहिणी ज्या वस्तू खरेदी करण्याच्या तयारीने जाते, त्यापैकी एकपण वस्तू स्वतःच्या मर्जीनुसार खरेदी करीत नाही, कारण तिच्या खरेदीच्या निर्णयांवर विक्रेत्यांचा, जाहिरातींचा एवढा प्रचंड पगडा आहे की, पूर्वीचा निर्णय अमलात आणण्यापूर्वीच ती जाहिरातीच्या प्रभावामुळे नवीन वस्तूची खरेदी करते. श्री. विकारी यांनी ह्याला 'खरेदीची प्रेरणा' (Buying Impulses) असे नाव दिले आहे. त्यांच्या मते, Just in this generation any one can be king or queen and buy any product when the products say buy me, buy me.

लहान मुले आणि त्यांची मानसिकता यावर जाहिरातदारांनी पूर्ण नियंत्रण प्राप्त केले आहे. आजची प्रसारमाध्यमे मग ते दूरचित्रवाणी असो अथवा वृत्तपत्रे, बालकांच्या जडणघडणीत त्यांचे मानसशास्त्र तयार करण्यात मोठी भूमिका बजावीत आहेत. जाहिरातदार मुलांचे मानसशास्त्रीय शोषण करणाऱ्या संदेशांची पेरणी करतात आणि त्यातून निर्माण होणाऱ्या आभासी प्रतिमांमध्ये मुलांचे बालपण संपून जाते. ठराविक पेय प्याल्याने आपण सुपरमॅन होऊ किंवा एकमेव विजेते होऊ ही भावना मुलांचे बालपण कुरतडून टाकते. पेप्सीकोला किंवा कोकाकोलापैकी श्रेष्ठ कोण आणि हॉर्लिक्स श्रेष्ठ की कॉम्प्लान, हे ठरविणे बालकांपुढील सर्वाधिक महत्त्वाचे प्रश्न झाले आहेत. कॅडबरी किंवा नेसले यांच्या चॉकलेटशिवाय प्रेम, स्नेह या भावना व्यक्त करता येतील असे त्यांना वाटत नाही आणि कोणतेतरी विशिष्ट जोडे न घालता शाळेत जाणे हा त्यांच्या आयुष्यातील सर्वांत मोठा गुन्हा आहे. जाहिरातदारांनी बालकांचे मन म्हणजे ठराविक उत्पादनांच्या आकर्षक प्रतिमा रुजविण्यासाठी सर्वांत सुपीक शेत मानले आहे. क्लाईड मिलर यांनी 'दि प्रोसेस ऑफ् परस्युएशन' या पुस्तकात जाहिरातदारांनी मुलांच्या मनोभूमिकांना ठराविक प्रतिमात बंदिस्त केले आहे, असे अत्यंत खेदाने नमूद केले आहे. त्यांच्या शब्दांत,

It takes time, yes but if you expect to be in business for any length of time think of what it can mean to your firm in length of time, think of future profits, if you can condition a million or ten million children who will grow up into adults trained to buy your products as soldiers are trained to advance when they hear the trigger words 'toforward march'.

लहान मुलांवर जाहिरातमाध्यमांचा प्रभाव चटकन होतो. पाच वर्षांचा मुलगा बिअर, मद्य, सिगारेट यांच्या जाहिराती केवळ त्यांचे संगीत कर्णमधुर आहे म्हणून गातो, तेव्हा त्यांची भावी मानसिकता एका विकृतीकडे कलते आहे, हे आपण विसरत आहोत.

अपर्याप्त माहिती देणे ही सदोष जाहिरात आहे

एखाद्या उत्पादनाची जाहिरात करताना पर्याप्त माहिती न देणे, अपूर्ण वितरण देणे हा जाहिरातीच्या नीतिमत्ताविषयक, संकेतांचा मंत्र आहे.

संपूर्ण सागवानयुक्त फर्निचर असे सांगून काही मात्र साध्या लाकडाचा किंवा इतर सामग्रीचा असणारे फर्निचर विकणे.

सर्व प्रकारच्या दंत समस्यांवर अवसीर इलाज असे सांगणारी जाहिरात.

कोणत्याही पर्यावरणात किंवा भौगोलिक परिस्थितीत संपूर्ण कार्यक्षम असे सांगणारी वाहनाची जाहिरात.

दूरचित्रावणीवरील जाहिराती विशेष प्रभावक्षम असतात. त्यातील घोषवाक्ये लहान मुलांना सुप्तपणे प्रभावित करतात आणि मोठेपणी, ठराविक पद्धतीने विचार करणारी, ठराविक विचारसरणीवर ठामपणे विश्वास ठेवणारी नवीन पिढी अस्तित्वात येते. ही जाहिरात मग एक गुंतवणूक सिद्ध होते. ठराविक उत्पादनांशी बांधिलकी ठेवणारा, विशिष्ट प्रकारचा दृष्टिकोन स्वीकारणारा आणि मानसिक दृष्ट्या काहीसा पंगू झालेला ग्राहक तयार करण्यात या जाहिराती यशस्वी होतात. जाहिरातींचा मुलांवर तात्काळ जो प्रभाव होतो, त्यामुळे ती ठराविक उत्पादने आई-वडिलांनी विकत घेण्यासाठी हट्ट धरतात. आई-वडिलांचे मानसिक शोषण करणारी हट्टी आणि जिद्दी मुलांची पिढी जाहिराततंत्राच्या अतिरिक्त प्रभावामुळे निर्माण झाली आहे. आपल्या आवडीनिवडी आई-वडिलांवर लादणारी झाली आहे. त्यांची स्वतःची प्रतिमा आणि विश्व तयार झाले आहे. आई-वडिलांपेक्षा अधिक घट्ट आणि प्रभावी संस्कार करणारी माध्यमे

जाहिराततंत्राच्या रूपात उपस्थित झाली आहेत. हॅरी शेल्डन या जाहिराततज्ज्ञाच्या मते, Children are living, talking records of what we tell them every day.

जाहिरातीचा मुलांच्या संदर्भात हा उपयोग खरोखरच नीतिमत्तेला धरून आहे काय? यावर आज गंभीरपणे विचार करणे अत्यंत महत्त्वाचे झाले आहे. कारण आता सुजाण नागरिक आणि जागरूक पालक शाळांत आणि कुटुंबांत तयार होणार नाहीत, तर ते जाहिरातदारांनी तयार केलेल्या जाहिरात मसुद्यांच्या माध्यमातून, ठराविक प्रतीक-चिन्हातून आणि प्रतिमाचिन्हातून निर्माण होणार आहेत. ही बाब खरोखरच गंभीर आहे.

लहान मुलांना लक्ष्य करून देण्यात येणाऱ्या जाहिरातींवरील बंधने

देश	*जाहिरातीवरील बंधने*
* ऑस्ट्रेलिया	युद्ध किंवा आक्रमक वृत्ती जोपासण्याच्या खेळण्यांच्या जाहिरातीवर प्रतिबंध.
* बेल्जियम	आरोग्यास हानिकारक खाद्यपेयांच्या चॉकलेट्सच्या जाहिरातीवर मर्यादा.
* फ्रान्स	लहान मुलांना आकर्षित करणाऱ्या अवास्तव व खोट्या प्रलोभनांना प्रतिबंध. वेष्टनांवर मोहित करणाऱ्या आवाहनांना प्रतिबंध.
* जर्मनी	लहान मुले पालकांना वस्तू विकत घेण्यासाठी भाग पाडतील अशा जाहिरातींवर प्रतिबंध.
* इंग्लंड	खेळणी, चॉकोलेट्स यांच्या जाहिरातींवर ठराविक मर्यादा. अवास्तव दावे करणाऱ्या जाहिरातींवर मर्यादा.

नागरिकांची भावना एक विक्रीयोग्य उत्पादन

जाहिराततंत्राचा विकास केवळ उत्पादनांपर्यंतच सीमित राहिलेला नाही. त्यांनी समाजजीवनाच्या इतर अनेक महत्त्वाच्या अंगांना अत्यंत प्रत्ययकारी स्वरूपाचा स्पर्श केला आहे. लोकशाहीमध्ये नागरिकांचे मत आणि अभिव्यक्ती स्वतंत्र असली पाहिजे अशी धारणा आहे; परंतु जाहिराततंत्राच्या वाढत्या प्रभावामुळे मात्र ही बाब आता आभासी वाटत आहे. आपला नेता कसा निवडावा, कोणत्या निकषांवर निवडावा

याचे नागरिकांचे स्वातंत्र्य जाहिराततंत्रानी अत्यंत व्यावसायिक पद्धतीने हिरावून घेतले आहे. जे मतदार मतदानाविषयी अनिश्चित असतात, आपण कोणास मत द्यावे याबाबत ठराविक धारणा ठेवीत नाहीत, त्यांचे मतपरिवर्तन करण्याचे संपूर्ण प्रभावी तंत्र जाहिरातदारांनी विकसित केले आहे. ज्याप्रमाणे ठराविक छापाच्या उत्पादनाप्रति (brands) ग्राहकांच्या मनात कायम स्वरूपात घर करतात, त्याचप्रमाणे ठराविक उमेदवाराची, पक्षाची प्रतिमा त्यांच्या मनात ठसविता येते. त्यांच्या भावना, मते आणि विचारशक्तीवर राज्य करता येते. 'मी अद्याप कोणास मत द्यावयाचे आहे हे ठरविले नाही' असे म्हणणारा कोणत्याही विचारसरणीशी पूर्ण बांधिलकी नसणारा मतदार कोणाला मत देणार आहे हे आता राजकीय पुढारी आणि त्यांचे पुरस्कर्ते, प्रचारक

अवास्तव स्वरूपाची प्रसिद्धी व अपलाप करणारी जाहिरात

विभागीय भांडारे, आणि इतर विक्रेते बरेचदा ग्राहकांना मोहित करण्यासाठी प्रलोभन दाखविणाऱ्या जाहिराती देतात. परंतु प्रत्यक्षात ग्राहकाचे त्या उत्पादनाची मागणी केल्यावर खालील स्वरूपाचे विधान करून प्रत्यक्ष विक्रीला नकार देतात. हा ग्राहकांच्या फसवणुकीचा प्रकार. 'माल संपला किंवा जुना व कमी दर्जाच्या वस्तूच शिल्लक आहेत.' काही खराबी अथवा त्रुटी असणारी उत्पादने या प्रकारच्या जाहिराती देऊन ग्राहकाच्या माथी मारणाऱ्या जाहिराती अयोग्य स्वरूपाच्या आहेत.

ठरवीत नाहीत, तर तज्ज्ञ जाहिरातदार आणि त्यांची आकर्षक व प्रभावी प्रचारयंत्रणा ठरविते. या प्रचारमाध्यमांचे महत्त्व एवढे वाढले आहे की, अमेरिकन राष्ट्राध्यक्षांनी आपली निवडणूक प्रचारयंत्रणा राबविताना कोणत्या प्रश्नांची उत्तरे द्यावीत, कोणता पेहराव घालावा व कोठे भाषण द्यावे हे सर्व व्यावसायिक प्रचारप्रमुख ठरवितात. भारतातही हीच परिस्थिती हळूहळू अस्तित्वात येत आहे. परिणामत:, भारतीय लोकशाहीचे भवितव्य नागरिकांच्या हातात राहिले नाही, अशी संभाव्य भीती निराधार मानता येणार नाही. खालील प्रश्न या संदर्भात विचार करण्यासारखे आहेत :

१) नेत्यांच्या व्यक्तिमत्त्वापुढे देशाचे महत्त्वाचे प्रश्न आणि समस्या अल्प महत्त्वाच्या आहेत काय?

२) लोकशाही हा मानवी मनाचा सर्वोच्च आविष्कार आहे की एक विक्रीयोग्य संकल्पना आहे?

३) निकोप लोकशाहीची वाढ स्वतंत्र मनाचे आणि मताचे नागरिक करू शकतील की ठराविक मतांच्या चौकटीत बंदिस्त केलेले व प्रचारमाध्यमांनी नियंत्रित केलेले नागरिक करू शकतील?

प्रभावीपणे राजकीय मतांचा प्रचार करण्यासाठी राजकीय प्रचारयंत्रणेची गरज आहे याबाबत दुमत नाही, परंतु त्यांचा अतिरेक होता कामा नये. लिओनार्ड हॉल यांनी एका निवडणुकीत रिपब्लिकन पक्षाचाच विजय का होईल याचे स्पष्टीकरण देताना असे म्हटले आहे की, "It has a great product to sell, you sell your candidates programmes the way a business sells its products." मतदारांना मन आहे, मत नाही आणि त्यांचे मन वळविले की मत मिळालेच हे समजा. हा त्यातील मथितार्थ आहे. त्यातूनच आपण कोणताही उमेदवार निवडून आणू शकतो, फक्त योग्य प्रचाराची, योग्य संदेश आणि घोषवाक्यांची गरज आहे असा आत्मविश्वास जाहिरातदार आणि प्रचारतज्ज्ञांमध्ये निर्माण झाला आहे. हाच लोकशाहीच्या निकोप संवर्धनापुढील खरा धोका आहे. व्हॅड पॅकार्डच्या शब्दांत, The idea that you can merchandise candidates for high offices like breakfast cereal, is the ultimate curse to the democratic process.

सक्तीचा होकार

जाहिरातदारांनी प्रत्येक वस्तू, सेवा, संकल्पनेची विक्री करण्यासाठी विविध तंत्रांचा विकास केला आहे. ते आता समाजातील विविध समूहांची मनोवृत्ती हवी तशी तयार करण्याचे तंत्र विकसित करीत आहेत. त्यांना सामाजिक तंत्रज्ञ (social engineer) हेच नाव देणे योग्य ठरेल. समाजाच्या मनोवृत्तीत, स्वभाववैशिष्ट्यात ठराविक बदल घडवून आणणे आणि ठराविक विचार, स्वभावप्रवृत्ती, आवडी-निवडी यांना स्वीकृती देणे यासाठी व्यक्तीच्या प्रवृत्तीमध्ये अपेक्षित बदल घडविणे हेच जाहिरातदाराचे कार्य झाले आहे. उत्पादने, सेवा किंवा संकल्पना ह्यांची गरज निर्माण करणे आणि ही गरज वास्तविक आहे, त्यासाठी ठराविक उत्पादनच खरेदी करणे आवश्यक आहे हा विचार ग्राहकांच्या गळी उतरविणे, त्यांना एक विशिष्टच उत्पादन खरेदी करण्यासाठी सक्तीचा होकार द्यावयास लावणे, त्यांची संमती प्राप्त करणे ही आधुनिक जाहिराततंत्राची ठळक वैशिष्ट्ये आहे.

उद्योगरचनेने उत्पादन केलेल्या उत्पादनाची खरेदी व्हावी, ग्राहकांची उपभोग-मात्रा वाढावी हे या यंत्रणेसाठी निकडीचे आहे. जर केवळ उत्पादन वाढले पण उपभोग वाढला नाही, तर या यंत्रणेचा डोलारा सुरळीतपणे चालणार नाही. यासाठी उपभोगवादी,

चंगळवादी विचारसरणीला प्रोत्साहन देणारी अदृश्य शक्ती अत्यंत आवश्यक आहे. हप्तेबंदी, ऋण व उधार खरेदीची सवलत आणि जाहिरात ह्या अदृश्य इंधनाच्या जाहिरातदारांच्या या जाहिराततंत्राचा समाजस्वास्थ्यावर होणारा परिणाम अनेक प्रकारांचा आहे. या जाहिरातींच्या नीतिमत्तेबाबत जे आक्षेप सामान्यपणे घेतले जातात त्यांचे स्वरूप पॅकार्ड यांनी पुढीलप्रमाणे व्यक्त केले आहे: "One of the fundamental consideration involved here is the right to manipulate human personality. Such a manipulation involves a disrespect for the individual personality." लहान मुलांना त्यांनी कशा प्रकारे व कोणता विचार स्वीकारावा, कोणती उत्पादने खरेदी करावीत याकरिता आकर्षक प्रतीकचिन्हांचा वापर करणे उचित आहे काय? मतदारांना व नागरिकांना ग्राहकांप्रमाणे वागवून त्यांच्या मनोवृत्तीवर राज्यकर्त्यांनी राज्य करणे उचित आहे काय? स्त्रीप्रतिमा आणि कामविचारांचा ग्राहकांच्या मानसिक शोषणासाठी वापर करणे उचित आहे काय?

आपली प्रतिष्ठा आणि सामाजिक मान्यता याबाबत भ्रामक कल्पनांच्या मागे ग्राहकांना लावणे अयोग्य नाही काय? समाजाने ठराविक प्रकारची उत्पादने खरेदी करावीत यासाठी त्याची उपभोगप्रवृत्ती व खरेदीविषयक मते यावर नियंत्रण नैतिकतेला धरून आहे काय?

सत्याला आणि वास्तवाला विविध रंगांची आवरणे घालून मूलस्वरूपापासून वेगळ्या रूपात सादर करणे, नागरिकांची दिशाभूल करणे अयोग्य नाही काय?

जाहिरात आजच्या वाणिज्ययुगाचे सर्वाधिक गतिमान व प्रभावी वाहन आहे. जी क्रांती जाहिरातीद्वारे बाजारपेठेत, समाजात, कुटुंबात आणि सार्वत्रिक स्तरांवर आणता येते, तशी क्रांती इतर कोणत्याही माध्यमांच्यांद्वारे होऊ शकत नाही. जाहिरात हे निर्मितीचे मूल्य, निर्मितीचे साधन आहे.

जाहिरातीचे हे महत्त्व आणि उपयोगमूल्य कोणीही नाकारू शकत नाही. जाहिरातीचे सामर्थ्य तिच्या माध्यम विविधतेतून प्रकट होत असते.

जाहिरातीच्या या अफाट शक्तीमुळेच तिचा उपयोग जसा होतो तसाच दुरुपयोग पण होतो. मानवी मन चंचल आहे, मनाच्या या कमकुवत बाजूची योग्य ओळख असणारा जाहिरातदार आपल्या उत्पादनांची जाहिरात करताना नैतिक/अनैतिक कल्पनांचा फारसा विचार करीत नाही. परिमाणतः, केवळ उत्पादनाची श्रेष्ठता, गुणवत्ता आणि उपयोगिता सांगणाऱ्या जाहिरातींची जागा भावनात्मक आवाहन करणाऱ्या, दिशाभूल करणाऱ्या किंवा अवास्तव आश्वासन देणाऱ्या जाहिराती घेतात.

जाहिरात ही ग्राहकांना प्रभावित करणारी व्यापारी कृती आहे. विक्री वाढवण्यासाठी, ग्राहकांना मोहित करण्यासाठी योग्य संदेश किंवा माहिती देणे आणि त्यातून त्यांचा विश्वास संपादन करणे आवश्यक असते. ग्राहकांचा, प्रेक्षकांचा विश्वास संपादन करणारी, त्यांच्या विचारांवर व मानसिकतेवर प्रभाव गाजविणारी जाहिरात करणे विक्रेत्यास अगत्याचे ठरते. जोपर्यंत जाहिरात प्रभावी आणि प्रेरक होत नाही तोपर्यंत ग्राहकांची मानसिकता अनुकूल होऊ शकत नाही. म्हणूनच विक्रेता प्रभावी माध्यमांचा, तंत्राचा, संदेशाचा आणि आवाहनाचा उपयोग करणे उचित मानतो, परंतु ही माध्यमे नैतिक दृष्ट्या उचित असतीलच अशी हमी देता येत नाही. शासन, कायदा, सामाजिक धारणा आणि मान्यताप्राप्त वैचारिक संकल्पनांना छेद देणाऱ्या या असू शकतात. आपल्या जाहिराती ग्राहकांना प्रभावित करण्यासाठी, त्यांनी ठराविक उत्पादनांची खरेदी करावी यासाठी प्रेरित करण्यासाठी जेव्हा जाहिराती दिल्या जातात, तेव्हा नैतिकतेचा विचार आपोआपच मागे पडतो. प्रत्येकच नीतिमत्ताप्रधान कल्पनेला बाजारूमूल्य असतेच असे नाही, जाहिरातींना मात्र विक्रीमूल्य असणे आवश्यक असते आणि म्हणूनच नीतिमत्तेशी, सामाजिक मूल्यांशी वेळप्रसंगी फारकत घेणे यात काही गैर आहे असे जाहिरातदारांना बरेचदा वाटत नाही. वुडलॅण्ड या जोडे निर्माण करणाऱ्या कंपनीच्या उत्पादनांची जाहिरात करणाऱ्या 'मधू व मिलिंद' यांच्या आक्षेपार्ह अंगविक्षेपावर बरेच वादळ माजले होते, त्याचे कारण म्हणजे ते प्रचलित नीतिमत्तेच्या विरुद्ध आहे. परंतु विक्रेते व जाहिरातदार यांनी ही जाहिरात, वस्तूची विक्रीमूल्य वाढविण्यासाठी आहे, समाजाची नीतिमूल्ये वाढविण्यासाठी नाही असा दावा केला. आज भारतातील जाहिरात व्यवसायाचा आकार सातत्याने वाढत आहे. विविध प्रकारच्या जाहिरातींचा सातत्याने प्रसार व प्रचार होत आहे. प्रसारमाध्यमांचे वर्चस्व वाढत आहे, आणि त्यातूनच नीतिमूल्य, जीवनमान, उपभोग याविषयीच्या संकल्पनांत बदल होत आहेत.

क्लब शूजची जाहिरात?

'क्लब शूज' या कंपनीच्या जाहिरातीमध्ये एक तरुण आणि दोन तरुणी दाखविल्या आहेत. या दोन्ही तरुणींच्या अंगांवर कमीतकमी वस्त्रे आहेत आणि स्त्रीसुलभ लज्जा कोठेही नाही. जोडद्यांच्या विक्रीसाठी स्त्री प्रतिमांचा हा वापर योग्य आहे काय?

याचा स्वाभविक परिणाम म्हणजे, जाहिरातदारांचा दृष्टिकोनदेखील बदलत आहे. जाहिरातींचे स्वरूप अधिक आग्रही आणि बरेचदा आक्रमक होत आहे. नीतिमूल्ये व मान्यतामध्ये जो सैलपणा सर्वत्रच आला आहे, त्याचे प्रतिबिंब जाहिरातींमध्ये दिसून येत आहे. स्त्री-पुरुष संबंध, घरातील नातीगोती, कुमारांच्या अपेक्षा व आवडी या सर्वच बाबत एक मोकळेपणा आज जाहिरातींच्या संदेशातून, चित्रातून आढळतो. शर्टाला घामाचा वास येतो म्हणून प्रियकाराला नाकारणारी मुलगी, दुसऱ्याच पोराबरोबर पटकन चालू लागते, यामध्ये काही गैर आहे असे वाटत नाही. किंवा ठराविक साबणाची जाहिरात करणारी स्त्री अर्धवट कपडे घालून ओल्यानेच नाचते ही जाहिरात आजच्या नीतिमत्तेच्या फारशा विरोधात नाही हे मोठे परिवर्तन आहे. अदृश्य पण प्रभावी आहे आणि ते घडवून आणण्यात प्रसारमाध्यमांचा मोठा वाटा आहे.

जाहिरात व विज्ञापनामुळे तीन प्रकारे ग्राहकांच्या मनोवृत्तीवर विपरीत परिणाम होत असतो. या तिन्ही प्रकाराच्या जाहिराती अयोग्य आहेत असे ग्राहकांना वाटते, पण त्याबाबत विक्रेते, जाहिरातदारांची मते मात्र वेगळी असू शकतात. जॉन हॉबसन या जाहिरात निर्मात्याचे याबाबतचे मत खरोखरच चिंतनीय आहे.

त्याच्या मते, व्यक्तिगत स्तरावर, खाजगीरीत्या ज्या गोष्टी करण्यास प्रत्येक व्यक्ती तयार असते, त्याला ज्या गोष्टी आवडतात, त्याच गोष्टी मात्र सार्वजनिक स्वरूपात आणि मोठ्या प्रमाणावर होत असल्यास मात्र त्याला समाजाच्या सर्वच स्तरांवरून विरोध होत असतो. जे व्यक्तीच्या आवडीचे आहे ते समाजाच्या आवडीचे, मान्यतेचे नाही हा विरोधाभास वारंवार आढळतो आणि त्यातूनच जाहिरात आणि सामाजिक नीतिमत्ता यामध्ये विसंवाद तयार होतो. या गोष्टी जाहिरातींमधून दाखवल्यानंतर समाजस्वास्थ्यावर विपरीत परिणाम होतो, असे वारंवार वाटते. त्याच जाहिराती बरेचदा व्यक्तिगत स्तरावर अधिक लोकप्रिय असल्याचे आढळून येते. ग्राहक जाहिरातीशिवाय जगू शकत नाही हे वास्तव आहे.

नैतिकदृष्ट्या अनुचित जाहिराती

बरेचदा जाहिरातीमधील मजकूर वरवर पाहता आकर्षक असला तरी तो आक्षेपार्ह आणि अयोग्य असतो. सामाजिक नीतिमत्ता या शब्दाची निश्चित आणि एक परिपूर्ण व्याख्या नाही. परिणामतः योग्य आणि अयोग्य अशा प्रकारे जाहिरातींचे वर्गीकरण करताना नैतिकतेचा मापदंड बरेचदा फारसा भरीव ठरत नाही. नैतिक दृष्ट्या अनुचित जाहिरातींचे ढोबळमानाने दोन प्रकारात विभाजन करता येईल.

जी उत्पादने उपभोगयुक्त नाहीत असे काही ग्राहकांना वाटते अशा उत्पादनांच्या जाहिराती उदा. दारू किंवा सिगारेटच्या जाहिराती. या जाहिराती नीतिमत्तेच्या कोणत्याही मानकांच्या विरोधात नसतील तरीही ती जाहिरात अयोग्य उत्पादनांची आहे. अनीतिकारक आहे असे मानले जाते. 'मला जे हवे ते मी मिळवतोच' असा संदेश देणारी किंवा 'जवा मर्द युवकांसाठी' असे सांगणारी सिगारेटची जाहिरात आपण अयोग्य मानतो; कारण सिगारेटचे उत्पादन योग्य नाही असे आपणास वाटते. जाहिरात चांगली किंवा वाईट याचा विचार करताना उत्पादन कोणते आहे याचा विचार येथे केला जात आहे. म्हणजेच येथील विवेकाला पूर्वग्रहाचे ग्रहण लागले आहे. ठराविक उत्पादन वाईट म्हणून त्याची जाहिरातपण वाईट हा विचार नीतिमत्तेविषयीची जागृती नाही, ते नीतिमत्ताविषयक आदर्श धोरण नाही असा तर्क जाहिरातदारांकडून दिला जातो. जाहिरातदार सर्व लोकांना सर्वकाळ योग्य वाटेल, आवडेल अशा प्रकारची जाहिरात करू शकत नाही. म्हणूनच, त्याची जाहिरात सर्वकाळ लोकप्रिय, लोकमान्य राहू शकत नाही. अलफ्रेड सीमन यांनी जाहिरातीतील नीतिमत्ता याबाबत आपले मत व्यक्त करताना पुढील विचार मांडला आहे :

"जाहिरातदाराला त्याचे मत मांडण्याचे, त्याचा विचार मांडण्याचे स्वातंत्र्य द्या. त्याने उपयोगात आणलेल्या गप्पाष्टकांचे व्याकरण आज जरी नवीन वाटले, आश्चर्यकारक आणि गैर वाटले तरी ते उद्याला योग्य वाटणार आहे. काल जे अनीतीचे आहे ते आज उचित आहे, आणि उद्या कालबाह्य पण होणार आहे. तो ज्या विविध अर्थांनी शब्दप्रयोग करतो, त्यांना आज आपत्तिकारक मानले जात असले तरीदेखील नंतर तेच शब्द आकर्षक केवळ कल्पनारम्य वाटतात, त्यांना बाजारपेठेत वास्तवाची वेशभूषा घालण्याचे कार्य खुबीने, कौशल्याने जाहिरातदार करतो, आणि म्हणूनच त्याच्या कलेस केवळ आजच्या नीतिमत्तेचे निकष लावणे अयोग्य आहे." जाहिरातदार वस्तू किंवा सेवांची जाहिरात विक्रयवृद्धी या प्रमुख उद्देशाने करतो, आणि म्हणूनच केवळ सैद्धान्तिक स्वरूपाचे नीतिमत्ताविषयक निकष त्याला लावणे अयोग्य आहे.

नीतिमत्तेच्या निकषावर अनुचित असणाऱ्या अनेक जाहिराती प्रसारित केल्या जातात. या जाहिरातींमधील संदेश, चित्रे, मजकूर किंवा आवाहन हे समाजस्वास्थ्यावर विपरीत परिणाम करणारे असते. भाषेचा, आशयाचा दुरुपयोग किंवा ठराविक संकेत चिन्हांचा, आवाहनाचा दुरुपयोग हेदेखील एक अनुचित जाहिरातीचे उदाहरण आहे. स्त्रियांची अश्लील चित्रे, असभ्य वाटणारा मजकूर किंवा भावनांना चाळवणारा संदेश हे याचे उदाहरण आहे. ज्या उत्पादनाचा स्त्रियांशी कोणत्याही प्रकारे संबंध नाही, अशा उत्पादनांच्या जाहिरातीसाठी अर्धवस्त्र स्त्रियांचा किंवा उत्तान अवस्थेतील स्त्रियांचा संकेत–

चिन्ह म्हणून वापर करणे अनुचित जाहिरातीचे उदाहरण मानता येईल. कोणत्याही भाषिक, वैश्विक, धार्मिक घटकाचे निकृष्ट प्रदर्शन हेदेखील अनैतिक जाहिरातीचे उदाहरण आहे.

> पुरुषांच्या अंतःवस्त्राची जाहिरात करण्यासाठी अर्धवट कपडे घालणाऱ्या भडक व कामुक पोशाख करणाऱ्या स्त्रियांची चित्रे योग्य आहेत काय?

एखाद्या ग्राहकवर्गाला संतुष्ट करण्यासाठी दुसऱ्या ग्राहकवर्गाची, उत्पादनांची अकारण बदनामी करणे, निंदा करणे, त्यात नसणारे दोष मुद्दाम दोष म्हणून दाखविणे हेदेखील अनैतिक जाहिरात या वर्गात मोडते. या संदर्भात अनैतिक जाहिरातींचे अध्ययन करणाऱ्या लेस्टर टेल्सर यांनी अत्यंत मार्मिक शब्दांत विवेचन केले आहे. त्यांच्या मते, "जाहिरात तयार करणारा कल्पक कलाकारांचा वर्ग आणि विक्रेते हे समाजाचेच प्रतिनिधी आहेत. ते समाजाच्या सामान्य विचारपातळीपेक्षा उच्च पातळीवरचे नसतात आणि म्हणूनच समाजातील सामान्य माणसाच्या आवडीनिवडीचे, मूल्ये व राहणीमानाचे जाहिरातीतून प्रतिबिंब पडलेले दिसून येते. जर जाहिरातदार हे तत्त्वज्ञ, कवी आणि विचारवंत असते, तर खचितच जाहिरातींचा दर्जा आणि स्तर एका वेगळ्या पातळीवर असल्याचे आपणास आढळले असते. मग त्यातून स्वार्थी आणि हलक्या दर्जाची आवाहने आढळली नसती.परंतु ते वास्तव नाही हे आपण मान्य करावयास हवे."

असत्य आणि दिशाभूल करणाऱ्या जाहिराती :

अयोग्य जाहिरातींच्या श्रेणीत मोडणारा जाहिरातींचा दुसरा प्रकार म्हणजे असत्य जाहिराती. जाहिरातीतील दावे आणि आवाहने जेव्हा सत्याच्या आणि विश्वासार्हतेच्या मर्यादेला ओलांडतात तेव्हा असत्य जाहिराती निर्माण होतात. सत्याचा अपलाप अनेक प्रकारे करण्यात जाहिरातदार वाकबगार असतात. सत्याला अनेक रंग असतात, अनेक रूपे असतात. केवळ वाचकाला किंवा ग्राहकाला जे योग्य वाटते, अपेक्षित असते, किंवा हवेहवेसे वाटते तेच सत्य असते असे नाही. विक्रेते एखादे वास्तव विविध छटांमध्ये सादर करताना शब्दाचा खेळदेखील सत्याचा अपलाप होतो. 'नरो वा कुंजरो वा' असे म्हणताना सत्याचा अपलाप झालाच होता. मग अश्वत्थामा मेला पण हत्ती किंवा माणूस हे सांगण्यात जी चतुराई युधिष्ठिरांनी केली तीच जाहिरातदार किंवा विक्रेतेपण दाखवितात.

जाहिरातींमधील स्त्री आणि स्त्रीची जाहिरात

अनेक जाहिरातींमध्ये दाखविण्यात येणारी स्त्री खरोखरच वास्तवात आहे का? असा प्रश्न पडतो. ती सासू, सासरे, नवरा, दीर, मुलगा आणि मुलगी यांचे पालनपोषण अगदी लीलया करते. तिला कंटाळा येत नाही ! कारण ती 'च्यवनप्राश' किंवा तत्सम 'प्रेरक' घेते.

सर्व प्रकारचे स्वयंपाक आणि पदार्थ ती अगदी चविष्ट करते आणि तेदेखील अगदी पाच मिनिटांत ! कारण तिच्या घरी नवीन प्रकारचा 'प्रेशर कुकर' आहे.

तिला सर्व विषयांचे विशेष ज्ञान आहे कारण ती 'मेंदूला खुराक' देणारे पौष्टिक पेय घेते.

तिला कपडे धुण्याचे सुवर्णपदक मिळाले आहे आणि तिच्या नवऱ्याला त्यामुळे प्रमोशन मिळाले कारण ती 'सर्वश्रेष्ठ डीटर्जंट' वापरते.

ती विविध किरकोळ आजार, डास, मच्छर आणि स्वच्छता याविषयी अत्यंत जागरूक आहे. कारण त्यासंबंधीची सर्व औषधे, उपाय याबाबत तिला सर्व माहिती आहे. खरोखरच तिची खरी चिंता केवळ काय खावे, घालावे आणि कोणत्या साबणांनी कपडे धुवावेत एवढीच आहे. खरोखरच ही आजची वास्तवातील 'भारतीय स्त्री' आहे काय?

❐❐

९

जाहिरातींवरील नियंत्रण आणि ग्राहक संरक्षण

Advertising is the place where the selfish interests of the manufacturer coinside with the interest of scoiety -
David Osilvy

भारतात ग्राहक संरक्षणाची आणि ग्राहक शिक्षणाची नितान्त गरज आहे. स्पर्धा आणि बाजारपेठेतील अनिश्चित वातावरण त्यामुळे ग्राहकांना मोहित करण्यासाठी विक्रेता वर्ग विविध तंत्रांचा आणि प्रलोभनांचा वापर करीत असतो. या प्रलोभनांचा वापर प्रभावीपणे व्हावा. मोठा ग्राहकवर्ग आकर्षित व्हावा यासाठी जाहिराततंत्राचा वेगवेगळ्या प्रकारे वापर करण्यात येतो. ह्या सर्व जाहिराती योग्य आहेत किंवा अयोग्य याचा विचार विकेत्यांद्वारे फारसा केला जात नाही. तसेच, या जाहिरातींचा ग्राहक, समाज आणि एकंदरीत राष्ट्रीय व्यवस्थेवर कोणता बरा-वाईट परिणाम होतो याचा विवेकपूर्ण आणि साकल्याने विचार करण्याची तत्परतादेखील दाखविली जात नाही. विवेक आणि संतुलित विचारांच्या अभावामुळे ग्राहकांचे आणि अर्थव्यवस्थेचे काय नुकसान होते, त्याला आपण जबाबदार आहोत काय याचा पूर्ण विचार करून जाहिरातदाराने कार्य केले पाहिजे. त्याने जाहिरात देताना कोणती बंधने पाळावीत या विषयी कायदा होणे आवश्यक आहे काय? स्वयंनियंत्रणातून जाहिरातदार योग्य नीतितत्त्वांचे पालन करू शकत नाहीत काय? जाहिरातदारांसाठी आचारसंहिता हा उचित मार्ग नाही काय? या सर्वच गोष्टींचा विचार होणे आवश्यक आहे.

संवेदनशील विषयांवर टी.व्ही. व इलेक्ट्रानिक प्रसार माध्यमांतून जाहिरात देण्याबाबत विविध देशांतील नियंत्रणे

विविध संवेदनशील उत्पादने

देश	*सिगारेटस्*	*मद्य व मद्यसंबंधित उत्पादने*	*कंडोम्स*	*अंतर्वस्त्रे*	*कामजीवन कामविषयक आजार*	*प्रतिबंधित औषधी*
ऑस्ट्रेलिया	×	×	×	×	×	×
कॅनडा	×	×	×	×	×	×
इंग्लंड	×	×	×	×	×	×
फ्रान्स	×	×	✓	✓	✓	×
जर्मनी	×	×	✓	✓	✓	×
साऊथ आफ्रिका	×	×	×	×	×	✓
अमेरिका	×	×	×	✓	×	×
भारत	×	×	✓	✓	×	×

स्रोत : इंटरनॅशनल जर्नल ऑफ् ॲड्व्हरटाइझिंग, १९९४

केवळ स्वंयनियंत्रणाच्या माध्यमातून जाहिरातदार योग्य, नैतिक दृष्ट्या उचित आणि संतुलित जाहिराततंत्राचा वापर करतील ही अपेक्षा आजच्या घटकेला पूर्ण होताना आढळून येत नाही. याउलट, या आचारसंहितेचा कारणपरत्वे अथवा इतर काही निमित्ताने भंग होतो असे आढळून येते. आचारसंहितेतील तरतुदी बंधनकारक नाहीत. त्याला कायद्याचे पाठबळ नाही आणि त्या स्वेच्छेने स्वीकारण्यात आलेल्या आहेत. त्यामध्ये कमी-अधिक बदल करणे, त्यातील त्रुटी आणि संदिग्धता आणि अपूर्णता याचा स्वार्थाकरिता लाभ उठविण्याचे कार्य अनेक जाहिरातदार, विक्रेते आणि जाहिरातसंस्था करताना आढळून येतात. आचारसंहितेचा कोणी एकाने भंग केला की सर्वच घटक तिला तकलादू मानून तिचा भंग करण्याचा प्रयत्न करतात. अशा प्रकारे आचारसंहिता हा काही जाहिरातीमधील अनुचित, अनैतिक आणि आपत्तिकारक विधानांना, आव्हानांना पूर्णपणे थांबविण्याचा मार्ग होऊ शकत नाही.

अयोग्य तुलना करणे म्हणजे अनुचित जाहिरात करणेच होय

* १०० नंबरी सोन्यासारखे दर्जेदार व मौल्यवान ही जाहिरात करून इतर धातूंचे दागिने विकणे.
* शुद्ध व दोषरहित हिऱ्याइतक्याच मौल्यवान रत्नांची निर्मिती असे सांगणाऱ्या अलंकारांची जाहिरात.

या दोन्ही जाहिरातींमध्ये तुलना आहे. म्हणून त्या जाहिराती गैर आहेत.

आत्मनियंत्रण हादेखील जाहिरातीतील गैरप्रकार आणि अनुचित कार्यपद्धती थांबविण्यासाठी पुरेसा पर्याप्त मार्ग नाही. कारण जीवघेण्या स्पर्धेच्या विचित्र बाजारपेठेत आपले अस्तित्व टिकविणे हे नीतिमत्ता पाळण्यापेक्षा अधिक महत्त्वाचे आणि आवश्यक आहे. मुक्त आणि अनिश्चित बाजारपेठेत आपले अस्तित्व ग्राहकांना मोहित करून, त्यांना जिंकून आणि आपल्या उत्पादनांची विक्री वाढवून करता येणे शक्य आहे. या दृष्टीने आत्मनियंत्रणाचा मार्ग सर्वच विक्रेते प्रामाणिकपणे आणि स्वार्थविरहित स्वरूपात मान्य करतील ही शक्यता अस्वाभाविक वाटते.

जाहिरातीच्या अनुचित आणि अयोग्य माहितीच्या प्रसारणाबाबत वैधानिक नियंत्रण हा योग्य पर्याय आहे. कायदा आपले कार्य विविध अंगांनी आणि हातांनी करतो. कायद्याचे कार्य शांतपणे पण प्रभावीपणे होत असते. कायद्याची बंधने अधिक प्रखर आणि कठोर असतात. कायदा सार्वत्रिक स्वरूपात आणि कोणताही व्यक्तिनिष्ठ

अपवाद न करता आपले कार्य करतो. त्याला शासन आणि समाजाची व्यापक मान्यता असते आणि म्हणून कायद्याचे नियंत्रण हाच जाहिरातीवरील बंधनाचा योग्य मार्ग आहे.

रॉबर्ट पोस्क यांची जाहिरातविषयक कसोटी

रॉबर्ट पोस्क हे एक नामवंत कायदेतज्ज्ञ व सल्लागार आहेत. अमेरिका शासन व ग्राहकसंधानात ते अयोग्य व ग्राहकहितास मारक जाहिरातींबाबत योग्य कारवाई करण्यासाठी सल्ला देतात. श्री. पोस्क यांनी जाहिरातीच्या योग्यायोग्यतेबद्दल खालील निकष मान्य केले आहेत.

१. जाहिरात कोणत्या वर्गाला उद्देशून प्रसारित केली आहे त्या वर्गाचा सामाजिक व आर्थिक दर्जा .... उदा. लहान मुले, स्त्रिया, किंवा घोषवाक्यांचा प्रभावी वापर करून ठराविक वर्गाला आकर्षित करण्याचा प्रयत्न.

२. जाहिरातीचा एकूण प्रभाव, परिणाम आणि प्रयोजन यांचा विचार करूनच तिची युक्तता ठरवा.

३. जर जाहिरातीतील मजकूर वरवर पाहता सत्य असेल पण त्यातून दिशाभूल करणारे अनुमान निघत असेल तर ती जाहिरात अनुचित आहे.

४. जर एखाद्या जाहिरातीमध्ये दोन किंवा अधिक विधाने असतील व त्यातील एक जरी असत्य असेल तर ती जाहिरात अयोग्य आहे.

५. केवळ व्यक्तिगत मत, अतिशयोक्ती आणि पूर्वग्रहावर आधारित जाहिरात अयोग्य आहे.

६. एखाद्या जाहिरातीतील प्रात्यक्षिक, नमुना किंवा दावा प्रत्यक्षात उत्पादनाच्या उपयुक्ततेशी सुसंगत नसेल तर ती जाहिरात गैर आहे.

७. जाहिरातीमधील सर्व दावे व विधाने पूर्णतः सत्य असणे आवश्यक आहे.

कायदा आणि जाहिरातींवरील बंधने आणि ग्राहक संरक्षण

कायद्याच्या माध्यमातून जाहिरातींवर नियंत्रण ठेवण्याचे कार्य अनेक कारणास्तव समाजोपयोगी आहे. समाजाला त्याचे रक्षण, संस्कृतीचा उच्च आदर्श हे तत्त्वांचे संवर्धन, आणि गळेकापू स्पर्धेच्या वातावरणात ग्राहकांना योग्य आणि आवश्यक माहिती हमखास प्राप्त होते. ग्राहकांना कोणती माहिती आवश्यक आणि उपयुक्त आहे याचा विचार

करून ती माहिती कोणत्याही प्रकारची दिशाभूल करणारे किंवा ग्राहकांचे फसगत करणारे तंत्र न वापरता त्यांना देणे शक्य होते.

भारतात विविध कायद्यांच्या माध्यमातून ग्राहकसंरक्षण आणि अनुचित जाहिरातींवर बंधने ठेवण्याचा प्रयत्न करण्यात येत आहे. ग्राहक संरक्षणाच्या दृष्टीने महत्त्वाच्या आणि उपयुक्त कायद्यांचा आणि त्यातील तरतुदींचा येथे उल्लेख करण्यात आला आहे.

१) औषधी आणि सौंदर्य प्रसाधने अधिनियम : या कायद्यामध्ये अयोग्य दर्जाहीन आणि भेसळ असणाऱ्या औषधांचा, प्रसाधनांच्या विक्रीवर प्रतिबंध घालण्यात येतो. तसेच अयोग्य चिन्हे व वेष्टने व माहिती देणाऱ्या औषधांच्या विक्रीवर प्रतिबंध घालण्यात आला आहे. त्यानुसार १ ते १० वर्षापर्यंत सक्तमजुरीची आणि दंडाची तरतूद आहे. औषधाचे उपयोग किंवा फायदे प्रत्यक्षात सिद्ध होऊ शकत नसल्यास त्यासाठीदेखील दंडाची तरतूद आहे.

२) भारतीय मानक संस्था अधिनियम १९५२ : या कायद्यान्वये उपभोक्त्याला दर्जाशून्य, अयोग्य आणि हानी पोहोचविणाऱ्या सर्व वस्तूंच्या विक्रीवर प्रतिबंध घालण्यात आला आहे. औद्योगिक संस्थांद्वारे विकण्यात येणाऱ्या वस्तूंवर ISI हे चिन्ह असेल आणि ते दर्जेदार नसेल तर त्याविरुद्ध कार्यवाही होऊ शकते. उत्पादनांची जाहिरात करताना ते ISI मानांकित असा प्रचार करून ते जर प्रत्यक्षात ISI मानांकित नसेल तर त्याविरुद्धदेखील कार्यवाही करण्यात येते.

३) जादू आणि औषधी अधिनियम : या अधिनियमानुसार ठराविक औषध विशिष्ट आजार, अस्वस्थता, विकलांगता, न्यूनत्व यासाठी हमखास गुण देणारे आहे अशी जाहिरात करता येत नाही. तसेच मंत्र, तंत्र, जादू यांची जाहिरात करणेदेखील दखलपात्र गुन्हा आहे.

४) सर्वाधिकार सुरक्षा अधिनियम (१९५४) : अयोग्य जाहिरातीनुसार खरेदी करण्यात आलेल्या वस्तूच्या वापरामुळे जे नुकसान होईल त्याची भरपाई प्राप्त करण्याचा प्रत्येक व्यक्तीला अधिकार आहे. उत्पादन व सेवांचा अयोग्य आणि भ्रमोत्पादक प्रयोग करणे कायद्याने गुन्हा आहे.

५) आवश्यक उपभोक्ता वस्तू अधिनियम (१९५५): या अधिनियमानुसार केंद्र शासन जीवनाश्यक वस्तू ठराविक मूल्यांना विकल्या पाहिजेत आणि त्यांचा दर्जा विशिष्ट स्तरावर ठेवला पाहिजे याकरिता अध्यादेश काढून सक्ती करू शकते. ठराविक वस्तूंची विक्री, वितरण, उपलब्धता, दर्जा आणि त्यांचे अनुचित संग्रहण यावर प्रतिबंध ठेवण्याचा अधिकार केंद्र शासनाला आहे.

६) अनुचित व्यापार प्रतिबंध व्यवहार कायदा (१९६९) : या कायद्याच्या ३६ (क) कलमानुसार खालील व्यापारतंत्रांचा अनुचित व्यापारतंत्र म्हणून उल्लेख करण्यात येतो.

१) वस्तूचे खोटे, अयोग्य आणि मिथ्या वर्णन करणे, तिचे अयोग्य सादरीकरण करणे.

२) ठराविक वस्तू विशिष्ट दर्जाची आहे, विशिष्ट घटकांपासून तयार झाली आहे आणि त्यात विशिष्ट उत्पादनतंत्राचा वापर करण्यात आला आहे असे मिथ्या विधान करणे.

३) वस्तूंचा, सेवांचा विशिष्ट स्तर आहे, त्यात विशिष्ट गुण किंवा वैशिष्ट्य आहे, ठराविक श्रेष्ठत्व अंतर्भूत करण्यात आले आहे.

४) आधीच उपयोगात आणलेल्या वस्तूंना, जुन्या वस्तूंना नवीन आणि अद्ययावत म्हणून विकणे.

५) ठराविक वस्तू, सेवा यांचा उपयोग विशिष्ट कौशल्यासाठी काही अतिविशेष उपयोगांसाठी होतो असा दावा करणे परंतु प्रत्यक्षात त्यांचा उपयोग तसा न होणे किंवा त्या वस्तू अथवा सेवांमध्ये अपेक्षित दर्जा, उपयोगिता नसणे.

६) विक्रेत्याने ठराविक वस्तूचा दर्जा आणि उपयुक्तता याबाबत केलेले अवास्तव विधान.

७) एखाद्या वस्तूचे महत्त्व आणि गुण याबाबत तसेच तिची निर्मिती, कार्यकुशलता यासंदर्भात केलेले असत्य वर्णन.

८) वस्तूची गॅरंटी आणि वॉरंटी याबाबतचे अयोग्य दावे

९) एखाद्या वस्तूच्या संदर्भात तिची उपयुक्तता व प्रयोग याबाबत हमी वॉरंटी या संदर्भात करण्यात आलेले मिथ्या वर्णन, देण्यात आलेले आश्वासन (ज्यांची पूर्तता होऊ शकणार नाही) किंवा करण्यात आलेला दावा या सर्वांचा अनुचित व्यापार जाहिरातीमध्ये समाविष्ट करण्यात आलेले आहे.

७) ग्राहकांना प्रलोभन आणि सौदेबाजीद्वारे विक्री करणे : अनुचित व्यापारपद्धती अधिनियमानुसार, सट्टा, जुगार किंवा अयोग्य सौदेबाजीच्या माध्यमातून माल खरेदीसाठी प्रोत्साहित करणे हा दखलपात्र गुन्हा आहे. जाहिरातीमधून अयोग्य दावे आणि ग्राहकांची दिशाभूल करणारे विधान करणे, त्याद्वारे ग्राहकांना मालखरेदी करण्यासाठी मोहित करणे हादेखील गुन्हा आहे. खोटी आश्वासने, विशिष्टस्वरूपात खरेदी केल्यास ठराविक लाभ प्राप्त होतील असे खोटे अभिवचन देणे हा यानुसार गुन्हा आहे.

फेअर इन्फर्मेशन प्राइम प्रिन्सिपल्स (उचित मूल्य माहितीची तत्त्वे)

* सूचना	प्रत्येक उत्पादनाचीच नेमकी किंमत व किमतीवरील कर, इतर निवड, ग्राहकाला विविध उत्पादनांपैकी त्याच्या आवडीचे, किंमत, दर्जा, व्यक्तिगत मते यांचा वापर करून निवड करायचा अधिकार आहे.
* माहिती प्राप्त करण्याचा अधिकार	ग्राहकाला उत्पादन, किंमत, स्पर्धक व उत्पादनाची वैशिष्ट्ये याविषयी संपूर्ण माहिती स्वतंत्रपणे प्राप्त करायचा अधिकार आहे.
* सुरक्षा	जाहिरातदारांनी ग्राहकांच्या व्यक्तिगत मतांना, मूल्यांना व व्यक्तिमत्त्वाला हानी पोहोचविणारी जाहिरात देऊ नये, किंवा त्यांना अयोग्य प्रकारे प्रभावित करू नये.
* अंमलबजावणी	वरील सर्व तत्त्वांची ....बहर व शास्त्रीय नैतिक पद्धतीने अंमलबजावणी जाहिरातदारांनी केली पाहिजे.

८) उपाहार, भेटी, पुरस्कारविषयक घोषणा आणि स्पर्धेद्वारे विक्री : ठराविक वस्तूच्या खरेदीबाबत स्पर्धा, उपाहार आणि पुरस्कार यांचा अंशिक अथवा पूर्णतः संबंध जोडणे, अशा प्रकारच्या योजनांद्वारे ग्राहकांना मोहित करणे, त्यांना खरेदी करण्यासाठी भुरळ पाडणे हा गुन्हा आहे.

९) बंद वस्तू अधिनियमन (१९७५) : ज्या वस्तूंची विक्री सीलबंद पाकिटे, डबे आणि वेष्टणातून होते, त्याबाबत पुढील अटीची पूर्तता होणे आवश्यक आहे :

१) वेष्टणावर वस्तूबाबत संपूर्ण माहिती देणे आवश्यक आहे.

२) वस्तूचा उपयोग आणि वापर करण्याची पद्धती, रीती याबाबत माहिती देणे आवश्यक आहे.

३) वस्तूचे मूल्य, त्यातील घटक, वापरण्याची मुदत, कर याविषयीची महत्त्वाची माहिती.

४) वस्तूच्या सेवनाचे परिणाम आणि कोणत्या परिस्थितीत वस्तू वापरू नये याबाबतच्या सूचना.

५) उत्पादकाचे, विक्रेत्याचे नाव, पत्ता, इ.

१०) **स्त्रियांचे विकृत चित्रीकरण अध्यादेश (१९८६) :** स्त्रियांच्या प्रतिमा आणि विकृत चित्रणावर बंदी घालणारा अधिनियम स्त्रीच्या चारित्र्याचे आणि व्यक्तिमत्त्वाचे संवर्धन करण्याच्या हेतूने करण्यात आला आहे. ह्या बिलानुसार पुढील बाबी गैर आणि अवैधानिक आहेत :

१) स्त्रियांचे अयोग्य अंगप्रदर्शन

२) अश्लील आणि उत्तेजक स्वरूपात स्त्रियांचे प्रतिमाचित्रण

३) स्त्रियांच्या मानसन्मानाला, प्रतिष्ठेला धक्का पोहोचविणारे अयोग्य चित्रण

४) स्त्रियांबाबत असभ्य आणि अभद्र वाक्प्रचार

५) स्त्रीप्रतिमांचा अनैतिक वापर.

११) **ग्राहक संरक्षण अधिनियम (१९८७) :** दि. २६ डिसेंबर, १९८७ रोजी ग्राहक संरक्षण अधिनियमाला मान्यता प्राप्त झाली. त्यानुसार वाहतूक, पाणी, वीज, टेलिफोन आणि इतर अनेक सेवांसाठी हा कायदा ग्राहक हितसंरक्षणार्थ मान्य करण्यात आला. ह्या कायद्यातील प्रमुख तरतुदींचा येथे उल्लेख करणे योग्य होईल :

१) अनुचित व्यापारपद्धतींचा स्वीकार केल्यामुळे ग्राहकांचे नुकसान होत असल्यास त्याबाबत कठोर कार्यवाही करणे.

२) ग्राहकांना अयोग्य पद्धतीने भुरळ पाडणारी प्रलोभने देणे गैर आहे.

३) खोट्या, अवास्तव आणि मोहात पाडणाऱ्या जाहिराती व निवेदनांना प्रतिबंध

४) उत्पादने व सेवा यांची गुणवत्ता व दर्जा

५) क्षमता, उपयुक्तता, शुद्धता यासारख्या घटकांबाबत नियंत्रण ठेवणे.

६) ग्राहक शोषणाविरुद्ध दाद मागण्याचा अधिकार

७) ग्राहकांना अन्याय, अयोग्य जाहिराती व प्रचारामुळे झालेले नुकसान भरून काढण्यासाठी भरपाईची मागणी करण्याचा अधिकार

८) ग्राहकाला आपले म्हणणे मांडण्याचा आणि अन्यायाविरुद्ध दाद मागण्याचा अधिकार आहे.

९) ग्राहकांना अयोग्य आणि अनुचित जाहिरातींविरुद्ध जागृत करण्याचा, शिक्षित करण्याचा अधिकार.

ग्राहक संरक्षण अधिनियमांतर्गत ग्राहकांचे संरक्षण आणि हितरक्षण करण्यासाठी जे विविध उपाय सुचविण्यात आले आहेत, ज्या तरतुदी करण्यात आल्या आहेत, त्या सर्वांचा उद्देश ग्राहकांचे शोषण होऊ नये हाच आहे. खोट्या जाहिराती, फसवी अभिवचने,

दिशाभूल करणारी विधाने आणि अयोग्य विवरणे यापासून ग्राहकांचे जे शोषण होते त्याविरुद्ध लढा देण्याचे सामर्थ्य या कायद्याने दिले आहे. हा कायदा ग्राहकांचे सक्षमीकरण करतो आणि त्यांना आपल्या उन्नतीसाठी संघटित लढ्यासाठी प्रोत्साहन देतो, एकत्रितपणे उत्पादक आणि विक्रेते यांच्या अन्यायाविरुद्ध कार्य करण्याची प्रेरणा देतो.

ग्राहकशिक्षणाचे आणि चेतनेचे कार्य या कायद्याद्वारे होते. ग्राहकांना कोणते अधिकार आहेत, त्यांची कर्तव्ये, दायित्व आणि आपले अधिकार वापरण्यासाठी त्यांनी कार्य केले पाहिजे या सर्वांबाबत योग्य मार्गदर्शन या कायद्याद्वारे दिले जाते.

व्यापाऱ्यांना आणि विक्रेते यांनादेखील कायद्याद्वारे मार्गदर्शन केले जाते. व्यापाऱ्यांनी वस्तू / सेवांची विक्री करताना कोणती काळजी घेतली पाहिजे आणि त्यासाठी कोणते निकष, व्यापारपद्धतीचा स्वीकार केला पाहिजे या सर्वांबाबत मार्गदर्शन या कायद्याद्वारे केले जाते.

हत्तीचा मार सहन करणारी सूटकेस

एका सूटकेसच्या जाहिरातीमध्ये, ती उपयुक्त असल्याचा दावा करण्यात आला होता. सूटकेसच्या मजबूत असण्याचे प्रमाण म्हणून त्यावर हत्ती उभा झाला तरी ती तुटत नाही. तिला कोणतीही हानी पोहोचत नाही, असे वर्णन करण्यात आले होते. हे वर्णन गैर आहे कारण ते असंभव आहे.

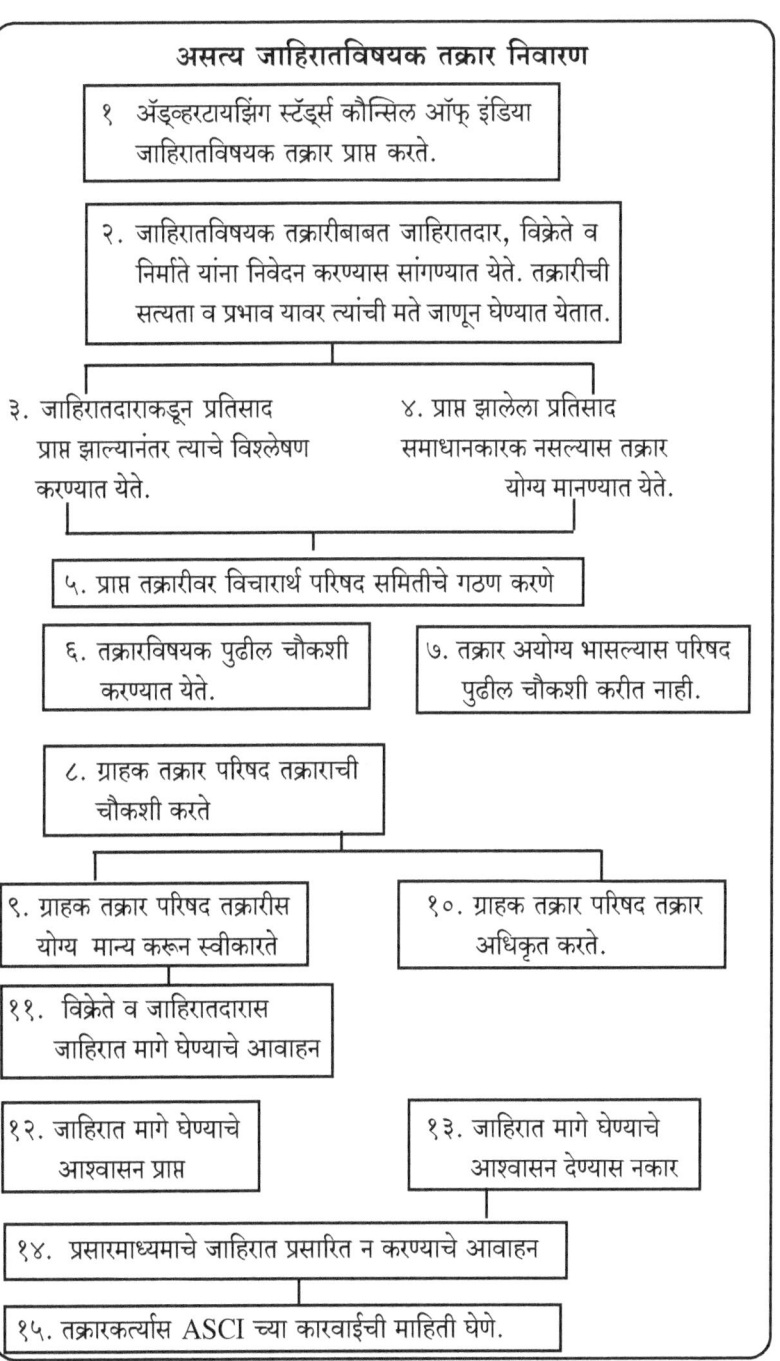

असत्य जाहिरातविषयक तक्रार निवारण

१ ॲड्व्हरटायझिंग स्टॅंडर्स कौन्सिल ऑफ् इंडिया जाहिरातविषयक तक्रार प्राप्त करते.

२. जाहिरातविषयक तक्रारीबाबत जाहिरातदार, विक्रेते व निर्माते यांना निवेदन करण्यास सांगण्यात येते. तक्रारीची सत्यता व प्रभाव यावर त्यांची मते जाणून घेण्यात येतात.

३. जाहिरातदाराकडून प्रतिसाद प्राप्त झाल्यानंतर त्याचे विश्लेषण करण्यात येते.

४. प्राप्त झालेला प्रतिसाद समाधानकारक नसल्यास तक्रार योग्य मानण्यात येते.

५. प्राप्त तक्रारीवर विचारार्थ परिषद समितीचे गठण करणे

६. तक्रारविषयक पुढील चौकशी करण्यात येते.

७. तक्रार अयोग्य भासल्यास परिषद पुढील चौकशी करीत नाही.

८. ग्राहक तक्रार परिषद तक्राराची चौकशी करते

९. ग्राहक तक्रार परिषद तक्रारीस योग्य मान्य करून स्वीकारते

१०. ग्राहक तक्रार परिषद तक्रार अधिकृत करते.

११. विक्रेते व जाहिरातदारास जाहिरात मागे घेण्याचे आवाहन

१२. जाहिरात मागे घेण्याचे आश्वासन प्राप्त

१३. जाहिरात मागे घेण्याचे आश्वासन देण्यास नकार

१४. प्रसारमाध्यमाचे जाहिरात प्रसारित न करण्याचे आवाहन

१५. तक्रारकर्त्यास ASCI च्या कारवाईची माहिती घेणे.

जनहित याचिका आणि ग्राहक मंच

जनहित याचिकेची संकल्पना आज सर्वत्र रूढ झाली आहे. त्यासाठी ग्रीक भाषेत Pro-Bono-Litigation हा शब्द आहे. याचे सरळ इंग्रजी रूपांतर Public Interest Litigation (PIL) या शब्दांमध्ये करण्यात येते.

१९६० च्या दशकात अमेरिकेत या संकल्पनेचा उदय झाला. या काळात अमेरिकेत विविध परिवर्तने घडून आली. नागरिकत्वाच्या संकल्पनेचे आधुनिक रूप स्पष्ट व व्यापक होऊ लागले. नागरिकांचे अधिकार आणि कर्तव्ये यांचा विस्तार होऊ लागला. दायित्वाची जाणीव असणारे शासन आणि कर्तव्यदक्ष नागरिकत्वाची संकल्पना याच काळात अमेरिकेत व्यापकस्वरूपात चर्चेला आली होती.

शासनाचा जसा नागरिकांवर नियंत्रण ठेवण्याचा अधिकार आहे तसेच नागरिकांनादेखील शासनयंत्रणेवर नियंत्रण ठेवण्याचा, तिच्या मर्यादा आणि त्रुटी दाखविण्याचा, चुकीची धोरणे आणि समाजहितास अपायकारक निर्णय घेण्यापासून थांबविण्याचा अधिकार नागरिकांना आहे.

XXXXX **कॉकटेल स्नॅक्स**

xxxxx या मद्य निर्माण करणाऱ्या कंपनीने केलेली जाहिरात खरोखरच विचार करायला लावणारी आहे. एका ट्रेमध्ये थर्मासभर बर्फ, ग्लास आणि ॲरिस्टोक्रॅट आहे (ही सामग्री मद्य सेवनास उपयुक्त आहे) आणि खाली आहे; की बस आणखी काय हवे? हे विज्ञापन खरोखरच नैतिकतेला धरून आहे काय?

जनहित याचिकांचा उदय खालील कारणांमधून झाला :

१) आधुनिक समाजात न्यायव्यवस्थेचे वाढते महत्त्व आणि स्थान
२) न्यायव्यवस्थेला व्यापक अर्थ प्राप्त करून देणाऱ्या सामाजिक, आर्थिक आणि राजकीय व्यवस्थांचा विकास
३) न्यायप्राप्तीचा हक्क या संकल्पनेचा वाढता प्रभाव आणि महत्त्व
४) न्यायालयाचे जनहित संरक्षणाच्या संकल्पनेत वाढते योगदान आणि जनहित याचिकेला प्रोत्साहन.

जनहिताची परिभाषा : जनहित म्हणजे ज्या विशिष्ट हेतू / हितामध्ये सर्वसामान्यांचे हितसंबंध विशेष आर्थिक / सामाजिक हित गुंतलेले आहे आणि ह्याचे रक्षण न झाल्यास, त्या वर्गाचे न्याय्य हक्क किंवा दायित्व यावर प्रतिकूल प्रभाव होऊ शकतो त्याला जनहित असे मानता येईल. अशी जनहित या शब्दाची 'वेब्स्टरच्या' शब्दकोशात व्याख्या आहे.

जनहित याचिका म्हणजे काय ?

जनहित याचिका म्हणजे काय? याबाबत मत व्यक्त करताना सर्वोच्च न्यायालयाने सुभाषकुमार वि. बिहार राज्य या निवाड्यात आपले मत पुढील शब्दांत व्यक्त केले आहे. 'प्रत्येक नागरिकाला त्याचे घटनादत्त अधिकार आणि सुयोग्य दर्जाचे जीवन जगण्याचा अधिकार आहे. त्यावर प्रतिबंध करणाऱ्या सर्व कृत्यांविरुद्ध नागरिक किंवा त्यांचा समूह न्यायालयात दाद मागू शकतो. ही दाद एका व्यक्तीला प्राप्त होणारी न्यायिक मदत नसून सर्व समाजाच्या हितास्तव देण्यात येणारी न्याय्य म्हणजे जनहितास्तव दिलेला न्याय होय.' यासाठी न्यायालयात सादर केली जाणारी याचिका जनहित याचिका आहे. घटनेच्या ३२ कलमानुसार प्रत्येक नागरिकाला योग्य दर्जाचे जीवन जगण्याचा हक्क आहे आणि त्यासाठी न्यायालयात दाद मागण्याचासुद्धा अधिकार आहे.

स्वीटेक्स

साखरेऐवजी घ्यावयाच्या सॅकरिनच्या गोष्टीची ही जाहिरात आहे. एक मुलगी अत्यंत तंग कपडे घालून व्यायाम करीत आहे. तिचे अंगप्रदर्शन अत्यंत अयोग्य आहे आणि खाली घोषणा आहे 'साखरेइतकीच गोडी.' अनैतिक वाटणारी ही जाहिरात अयोग्य नाही काय?

शीला बारसे वि. भारतीय संघराज्य या खटल्यात सर्वोच्च न्यायालयाने दिलेल्या निर्णयानुसार, जनहित याचिका ही सर्वसामान्य परंपरागत न्यायाप्रमाणे नाही. त्यात कोणत्याही विशिष्ट व्यक्तीच्या हिताचे आणि अधिकाराचे ज्ञान होत नाही. हे एक आधुनिक न्यायतंत्र आहे, याचा उद्देश सामाजिक व आर्थिक परिवर्तन घडवून आणणे आणि समाजात सार्वजनिक हिताच्या गोष्टी न्याययंत्रणेच्या माध्यमातून घडविण्यासाठी, सार्वजनिक हित व कल्याणासाठी दाद मागणे आहे.

न्यायमूर्ती पी. एन. भगवती यांनी जनहित याचिकेबाबत आपले मत व्यक्त करताना एक बाब प्रकर्षाने नमूद केली आहे, त्यांच्या मते, न्याययंत्रणा समाजाभिमुख करण्यासाठी जनहित याचिका हे सर्वांत मोठे साधन आहे. न्याय मदत समाजापर्यंत पोहोचविणारे ते महत्त्वाचे साधन आहे. सर्वसामान्य नागरिक आणि पददलित, शोषित यांच्या समस्या सोडविण्यासाठी, सामाजिक स्वरूपाच्या अन्याय्य व आर्थिक शोषणाविरुद्ध दाद मागण्याची ती एक आदर्श यंत्रणा आहे.

जनहित याचिकेबाबत मार्गदर्शक तत्त्वे

जनहित याचिकेसंदर्भात खालील मार्गदर्शक तत्त्वे मान्य करण्यात आली आहेत:

१) सर्वसामान्य जनतेचे एका मोठ्या आर्थिक / सामाजिक वर्गाचे हितरक्षण करण्यासाठी ही याचिका सादर करता येईल.

२) ही याचिका राज्य, केंद्रशासन आणि तत्सम प्राधिकारिणी अथवा यासारख्या यंत्रणेच्या द्वारे होणारा अन्याय, घटनाबाह्य किंवा त्याच्या अधिकारकक्षेच्या पलीकडील कार्याविरुद्ध दाद मागण्यासाठी.

३) मूलभूत मानवीय अधिकाराच्या संरक्षणासाठी ही याचिका दाखल करता येईल.

४) अज्ञानी, दलित, आर्थिकरीत्या दुर्बल, असंघटित घटकाच्या हितसंरक्षणार्थ, त्यांचे घटनादत्त व न्याय अधिकार जोपसण्यासाठी ही याचिका दाखल करता येईल.

५) ज्या व्यक्ती किंवा वर्गांचा त्यात व्यक्तिगत आर्थिक हितसंबंध गुंतलेला आहे अशा वर्गाने केवळ स्वतःच्या आर्थिक हितरक्षणार्थ सदर याचिका दाखल करू नये.

---

xxxxx बॅगपाइपर सोडा

या जाहिरातीमध्ये अशोककुमार, धर्मेंद्र, जॅकी श्रॉफ यासारख्या नामवंत कलाकारांचा समावेश केला आहे. 'सोड्या'ची ही जाहिरात आहे असे जरी वरवर पाहता वाटत असले तरी, प्रत्यक्षात मात्र, त्यातून मद्याची आठवण व्हावी असेच चित्रीकरण आणि खाली वाक्य, 'खूब जमेगा रंग' ही जाहिरात कशासाठी ? आणि ती योग्य आहे काय?

❑❑

१०

आव्हाने कायद्यापुढील

Promise, large false promises promise is the soul of an advertisement - *Samuel Johnson.*

ग्राहकांनी संघटित होऊन आपली कार्यशक्ती वाढवावी हा विचार सर्वप्रथम रॉचडेल पायोनिअरच्या रूपात १८४४ मध्ये रॉबर्ट ओवेनने मांडला. त्यातूनच ग्राहक सहकारी भांडार आणि नंतर संपूर्ण सहकारी चळवळ उदयास आली. ग्राहकांची सौदाशक्ती वाढवण्याचा हा प्रथम संघटित प्रयत्न होता. वॉल्टर हॅमिल्टन या थोर अर्थतज्ज्ञाने ग्राहकाच्या शक्तीबाबतचे वर्णन पुढील शब्दात केले आहे. "Men see with thier ideas as well as through their eyes." ग्राहकाला त्याचे अधिकार वापरण्यासाठी त्याचे डोळे आणि विचार या दोन प्रकारची शक्ती प्राप्त झाली आहे.

अर्थव्यवस्था मुक्त असताना बाजारपेठेचे तंत्र स्वतंत्र कार्य करते. या स्वतंत्र बाजारपेठ तंत्रावर (free market mechanism) नियंत्रण ठेवण्याची गरज नाही असे अनेकांना वाटते. जाहिरातदाराने आपल्या पद्धतीने जाहिरात करावी. आणि उत्पादनाची महती सांगावी, ग्राहकांना त्यांच्या निवडीचे स्वातंत्र्य आहे ते विवेकाचा वापर करतील. जी जाहिरात व उत्पादन त्यांना योग्य वाटते त्याचीच ते खरेदी करतील. त्यावर नियंत्रणाची गरज नाही. वरवर पाहता हे विधान योग्य वाटते, परंतु प्रत्यक्षात ग्राहक हा पूर्णतः विवेकी नाही आणि म्हणूनच जाहिरातीवर नियंत्रणाची गरज भासते.

जाहिरातीवर नियंत्रणाची गरज आहे ; कारण जाहिरातीचे प्रमुख दोष पुढीलप्रमाणे आहेत :

१) स्वतःवर नियंत्रण ठेवू शकणारे विवेकवादी ग्राहक बाजारपेठेत प्रत्येक क्षणाला

विवेकाने वागतीलच असे नाही.

२) स्वतः नियंत्रण ठेवून ग्राहकांच्या हिताचा विचार करणारे विक्रेते आणि जाहिरातदारदेखील मर्यादितच आहेत.

३) प्रत्येक ग्राहकाला चांगली सत्य आणि वास्तविक माहिती प्राप्त झाली असतेच असे नाही.

४) बाजारपेठेवर अजस्र आणि प्रभावी विक्रेत्याचे वर्चस्व असते.

५) बाजारपेठेतील विक्रयतंत्र एका विशिष्ट बाजूला झुकलेले असते.

राल्फ नाडर या ग्राहक चळवळीच्या पुरस्कर्त्याने याबाबत आपले विचार पुढील शब्दात मांडले आहेत: 'आपल्या आजच्या आणि भावी पिढीच्या हितासाठी उद्योगाच्या व्यवस्थापकांनी, मालकांनी, जाहिरातदारांनी आपली उत्पादने प्रामाणिकपणे विकावीत, खोटेपणा करू नये, लोकांना फसवू नये, राजकारण्यांनी मतदारांशी व जनतेशी एकनिष्ठ राहावे हा विचार म्हणजे केवळ भोळसटपणाच आहे.'

जाहिरातीतील नीतिमत्ता आणि जाहिरात

काही महत्त्वपूर्ण सूचना

* समाजाने मान्य केलेल्या व प्रमाणित मानलेल्या सद्अभिरुचीच्या निकषांना धरून आपली जाहिरात आहे काय?
* नकारात्मक भूमिका व कल्पनांना प्रोत्साहन देणारी
* केवळ चंगळवादाला आणि अनावश्यक उपभोगाला प्रोत्साहन देणारी.
* खोटी आशा अनाठायी विश्वास आणि कल्पनारम्य जगाची निर्मिती करणारी जाहिरात.
* सांस्कृतिक प्रदूषण निर्माण करणारी जाहिरात.
* समाजहितास घातक वस्तूंची जाहिरात.
* दुर्बल घटकांना या जाहिरातीने हानी होणार आहे काय?
* बालकांना स्त्रियांना अहितकारक जाहिरात.

जाहिरातविषयक निर्णय : नैतिक तत्त्वांची कसोटी

कोणतीही जाहिरात प्रसारित करण्यापूर्वी जाहिरातदाराने खालील मुद्दे लक्षात घेणे आवश्यक आहे :

* समाजाच्या प्रचलित अभिरुचीच्या मालकांना ही जाहिरात योग्य वाटते काय?

* नकारात्मक भूमिकांना उत्तेजन मिळेल काय?
* कोणत्याही वर्गाचा आत्मसन्मान किंवा सामाजिक स्थान यांना हाती पोहोचेल काय?
* चंगळवादाचा पुरस्कार होईल काय ?
* अनावश्यक, खोट्या गरजा, आशा-आकांक्षा यांचे समर्थन होईल काय?
* सांस्कृतिक प्रदूषणास कारणीभूत ठरेल काय?
* हानिकारक व धोकादायक उत्पादनांच्या विक्रीस उत्तेजन मिळेल काय?

स्टुअर्ट चेस आणि फ्रेडरिस श्लिंक यांच्या 'युअर मनीज वर्थ' या पुस्तकाने तर खळबळच उडवून दिली. विक्रेते ग्राहकांना किती प्रकारे लुबाडतात, त्यांचे किती विविध प्रकारे शोषण करतात याचे ते सांख्यिकीय माहिती अत्यंत उपयुक्त उदाहरणे देऊन केलेले महत्त्वपूर्ण विवेचन होते. १९९७ साली प्रकाशित पुस्तकाने ग्राहकांमध्ये नवीन चेतना आणि जाणीव निर्माण केली.

१९३० मध्ये (ग्रेट डिप्रेशनचा) जागतिक महामंदीचा काळ आला आणि मग त्याने ग्राहकांचे डोळे खाडकन उघडले. पैसा नाही, खरेदीक्षमता नाही यामुळे निराश ग्राहक शासनावर नाराज झाले. सर्वत्र अस्वस्थता होती. त्यातून अमेरिकन फूड, ड्रग्ज, ॲण्ड कॉस्मेटिक्स ॲक्ट १९३९ मध्ये पारित झाला.

सिअर्स रोबुक आणि मॅसी यांनी उत्पादनांचे परीक्षण करून त्याची योग्यायोग्यता तपासण्याचे कार्य सुरू केले. 'गुड हाऊस कीपिंग' यातून हे अहवाल प्रकाशित होऊ लागले आणि उत्पादकांचे दावे, उत्पादनांची वास्तविक उपयुक्तता याविषयी सत्य माहिती बाहेर येऊ लागली. जाहिरातदार सावध झाले आणि विक्रेत्यांना दावे करण्यापूर्वी विचार करणे भाग पडले.

१९६० मध्ये नाडर यांनी ग्राहकवाद आणि ग्राहक चळवळीच्या वाढीचे विश्लेषण करणारा आपला अभ्यास प्रकाशित केला. त्यांच्या मते, ग्राहकांचे सातत्यपूर्ण शोषण आणि विविध मार्गांनी होणारी फसवणूक यामुळे हताश आणि निराश झालेल्या ग्राहकांची सामान्य प्रतिक्रिया म्हणजे ग्राहक चळवळ आहे. त्यांनी ग्राहकांच्या मनात येणाऱ्या निराशेची कारणे पुढीलप्रमाणे विशद केली आहेत :

१) सातत्यपूर्ण आणि दीर्घकाळापासून अर्थव्यवस्थेला स्फितीच्या संकटाने ग्रासलेले आहे.

२) ग्राहकांची क्रयक्षमता कमी होत आहे.

३) बेरोजगारीत सातत्याने वाढ होत आहे.

४) अनुचित विज्ञापनाचा आणि अतिरंजित जाहिरातीचा बाजारपेठेवरील हल्ला.

५) असुरक्षित उत्पादने आणि ग्राहकांचे त्याबाबत अज्ञान.

६) लोकशाही संकल्पनेचा वाढता प्रसार आणि ग्राहकांना स्वाधिकाराची प्राप्ती.

७) प्रस्थापित बाजारपेठयंत्रणेविषयी ग्राहकांच्या मनातील अविश्वास.

ग्राहकांना योग्य संरक्षण प्राप्त व्हावे, त्यांचे शोषण होऊ नये यासाठी विविध प्रकारच्या वैधानिक यंत्रणा आणि कायद्याची निर्मिती करण्यात आली आहे. हे कायदे ग्राहकांचे संरक्षण करण्यासाठी त्याला शोषणापासून मुक्त करण्यासाठी आणि बाजारपेठेत समानतेची आर्थिक संतुलनाची व्यवस्था निर्माण करण्यासाठी आहेत. जाहिरातीवर नियंत्रण ठेवण्यासाठी जी वैधानिक यंत्रणा आहे, त्यातील प्रमुख घटक पुढीलप्रमाणे आहेत :

जाहिरातीवर नियंत्रण ठेवण्यासाठी विविध स्तरांवरून प्रयत्न होत असतात. जाहिरातदार स्वतः आपण ज्या विज्ञापनांची निर्मिती करीत असतो, त्यांचे स्वरूप, विवरण आणि उपयुक्तता यांचा विचार करून त्यावर नियंत्रण ठेवतो. आपण जी जाहिरात तयार करीत आहोत ती सामाजिक, आर्थिक, नैतिक दृष्ट्या उचित आहे काय याचा पूर्ण विचार करून तो विज्ञापन तयार करीत असतो हे एक प्रकारे त्याने स्वतःवर घालून घेतलेले नैतिक बंधनच आहे.

अनुचित जाहिरातविषयक विविध विषय

* सत्य व अचूकता
* दावे आणि प्रसिद्धी मजकुराचे समर्थन
* एखाद्या मुद्द्यांचे समर्थन करणारा पुरावा देणे.
* योग्य व परिपूर्ण माहितीचे प्रकटन
* किंमतविषयक दावे
* गुणवत्ता व दर्जाविषयक विशिष्ट विधान किंवा निवेदन
* अवास्तव दावे
* हमी आणि खात्रीविषयक दावे
* शर्ती, जुगार आणि परिकल्पनात्मक जाहिराती
* 'मोफत' या शब्दाचा अनुचित वापर

* अयोग्य आकार व रचना असणाऱ्या जाहिराती
* स्पर्धा, बक्षीस आणि प्रलोभन दर्शविणाऱ्या जाहिराती
* तारांकित चिन्हाचा वापर करून अपूर्ण माहिती देणे
* अटी लागू या शब्दाचा वापर करून ग्राहकांना मोहात पाडणाऱ्या जाहिराती
* ग्राहकांना भीती व भावनिक असुरक्षितता किंवा दहशत दाखविणाऱ्या जाहिराती
* समाजातील विशिष्ट वर्गाचे चारित्र्यखनन करणाऱ्या जाहिराती
* अवास्तव सूट व सवलतीचे प्रलोभन दाखविणाऱ्या जाहिराती
* जनहितासाठी ठराविक संवेदनशील मुद्द्यांबाबत प्रचार करणाऱ्या जाहिराती
* ठराविक विषयांच्या संदर्भात वारंवार देण्यात येणाऱ्या जाहिराती
* काही प्रतिबंधित शब्दांचा वापर करणाऱ्या जाहिराती

शासकीय यंत्रणादेखील जाहिरातदाराच्या कार्यपद्धतीवर, त्याच्या जाहिरातीवर लक्ष ठेवून असतात, जाहिरातदारांनी अनुचित आणि दिशाभूल करणारी जाहिरात देऊ नये यासाठी त्या विविध प्रकारच्या मार्गदर्शक सूचना आणि उपयुक्त माहिती सातत्याने प्रसारित करीत असतात. भारतात विविध प्रकारच्या कायद्यांच्या माध्यमातून शासकीय यंत्रणा जाहिराततंत्रावर नियंत्रण ठेवीत असतात. हे कायदे पुढीलप्रमाणे आहेत :

१९५४ साली पारित झालेल्या ड्रग्ज अॅण्ड मॅजिक रेमेडीज अॅक्टनुसार अनुचित जाहिरातीवर विविध प्रकारे नियंत्रण ठेवण्यात येते. सामान्यपणे हा कायदा अनुचित जाहिरातींवर पुढीलप्रकारे नियंत्रण ठेवतो :

१) असाध्य रोगांचे पूर्ण निवारण करणारी जाहिरात

२) स्त्रियांचे रोग आणि प्रसूती विषयांचे रोग

३) कामजीवनविषयक रोग

४) कॅन्सर, मधुमेह, एड्स आणि त्यासारख्या असाध्य रोगांवर पूर्ण नियंत्रण–

या कायद्यानुसार कोणतेही आश्वासन जे असाध्य रोगांवर पूर्ण नियंत्रणाचा दावा करते अनुचित मानले जाते आणि अशा प्रकारचा दावा करणाऱ्या जाहिरातींवर नियंत्रण ठेवण्यात येते. जाहिरातदारांना कठोर शिक्षा होऊ शकते.

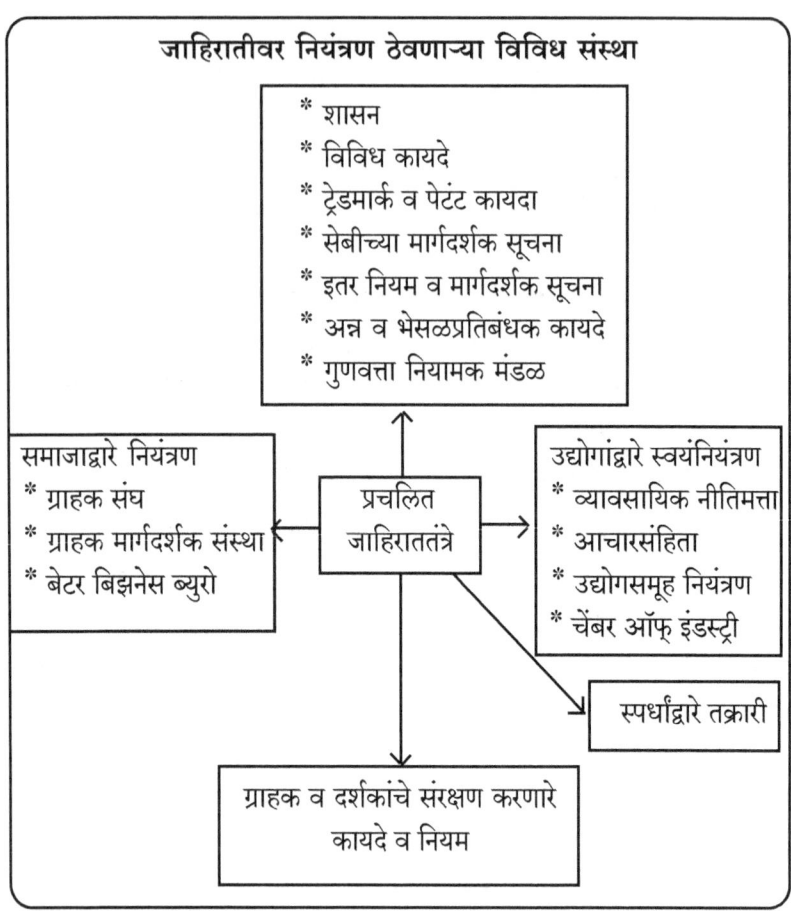

जाहिरातीवर नियंत्रण ठेवणाऱ्या विविध संस्था

* शासन
* विविध कायदे
* ट्रेडमार्क व पेटंट कायदा
* सेबीच्या मार्गदर्शक सूचना
* इतर नियम व मार्गदर्शक सूचना
* अन्न व भेसळप्रतिबंधक कायदे
* गुणवत्ता नियामक मंडळ

समाजाद्वारे नियंत्रण
* ग्राहक संघ
* ग्राहक मार्गदर्शक संस्था
* बेटर बिझनेस ब्युरो

प्रचलित जाहिराततंत्रे

उद्योगांद्वारे स्वयंनियंत्रण
* व्यावसायिक नीतिमत्ता
* आचारसंहिता
* उद्योगसमूह नियंत्रण
* चेंबर ऑफ् इंडस्ट्री

स्पर्धांद्वारे तक्रारी

ग्राहक व दर्शकांचे संरक्षण करणारे कायदे व नियम

जाहिरातीमधील काही आक्षेपार्ह शब्द व दावे

* सर्वोत्तम (Best) – xxx हे सर्वोत्तम शक्तिवर्धक पेय आहे. (हा दावा सिद्ध करता येत नाही)

* यापेक्षा श्रेष्ठ नाही – xxx पेक्षा श्रेष्ठ दर्जाची डिटर्जंट पावडर उपलब्ध नाही. (तुलनात्मक स्वरूपाचा सिद्ध न करता येणारा दावा)

* श्रेष्ठता – xxx इतर कोणत्याही सौंदर्यप्रसाधनापेक्षा नेहमीच श्रेष्ठ व दर्जेदार. (आक्षेपार्ह विधान)

* अत्यंत उत्तम व असाधारण – xxx उपलब्ध असणाऱ्या कोणत्याही उत्पादनापेक्षा सर्वोत्कृष्ट

* व्यक्तिनिष्ठ दावे – xxx साबणाची खरेदी ही प्रत्येक ग्राहकाला देह संपूर्ण समाधान आणि अपेक्षित फायदा

* केवळ तुमच्यासाठी – xxx हे आपल्यासारख्या भाग्यवान व निवडक ग्राहकांसाठी निर्माण केलेले

MRTP कमिशन

१९६९ साली केंद्र शासनाने वाणिज्य आणि व्यापार क्षेत्रातील अनुचित व्यवहारांवर नियंत्रण ठेवण्यासाठी MRTP कमिशनची स्थापना केली. त्यानुसार, व्यापार पद्धतीतील अयोग्य व्यवहार, अनुचित कार्यपद्धती आणि गैरप्रकारांविषयी ग्राहकाला तक्रार करता येते. ही तक्रार करणारा ग्राहक या आयोगाच्या माध्यमातून 'अनुचित व्यापारपद्धती'चा वापर केल्याबद्दल विक्रेता किंवा जाहिरातदारांना शासन करण्याची मागणी करू शकतो.

१९९४ साली करण्यात आलेल्या सुधारणेनुसार, अनुच्छेद ३६(अ) नुसार, ग्राहक आयोगाकडे विविध प्रकारे अनुचित व्यापारपद्धतींचा अवलंब केल्याबद्दल दाद मागू शकतो. या अनुचित व्यापारपद्धतीचे आयोजन खालील पाच विविध प्रकारांत वर्गीकरण केले आहे :

१) असत्यता किंवा अयोग्य स्वरूपात वस्तुस्थितीची मांडणी

२) सौदेबाजीने विक्री करून, त्याद्वारे ग्राहकाची फसवणूक

३) भाग्यशाली विक्रेत्याची निवड किंवा स्पर्धा

४) प्रमाणित निकषांचे उल्लंघन

५) कृत्रिम पद्धतीने कमतरता, तूट निर्माण करणे.

असत्यता किंवा अयोग्य स्वरूपात वस्तुस्थितीची मांडणी

बरेचदा ग्राहकाला मोहवश करण्यासाठी जाहिरातदार किंवा विक्रेता, एखाद्या वस्तुस्थितीची, महत्त्वपूर्ण बाबीची योग्य स्वरूपात मांडणी न करता, तिची हेतुपुरस्सर अपूर्ण किंवा अयोग्य स्वरूपात मांडणी करतात. ही मांडणी करताना ग्राहकांनी त्या– अपूर्ण सत्यावर विश्वास ठेवावा, ती अपूर्ण माहितीच सत्य वाटावी आणि त्यावर त्यांनी निर्णय घ्यावा ही अपेक्षा असते.

अशा प्रकारच्या दिशाभूल माहितीमुळे ग्राहक प्रभावित होतात आणि ठराविक वस्तूंची खरेदी करतात.

सौदेबाजीने विक्री करून, त्याद्वारे ग्राहकांची फसवणूक

विक्रेता आणि जाहिरातदार ठराविक वस्तूच्या खरेदीसाठी ग्राहकांनी पुढे यावे, यासाठी विविध प्रकारची भ्रामक आश्वासने देतो. त्यामध्ये प्रामुख्याने सवलती, सौदेबाजीची आश्वासने यांचा प्रामुख्याने समावेश होतो. ही आश्वासने पुढीलप्रमाणे असू शकतात.

१) मोठ्या प्रमाणावर किंवा ठोक खरेदी केल्यास विशेष सवलत:

२) ठराविक किमतीच्या नगाची खरेदी केल्यास, काही वस्तू मोफत

३) विशिष्ट कालावधीत ठराविक प्रतिशत विशेष सवलत

४) विशेष योजनेअंतर्गत निवडक प्रथम भेट देणाऱ्या ग्राहकांना सवलत

५) क्लिअरन्स सेल, एक्स्पोर्टमध्ये नाकारलेला माल ठराविक सवलतीवर

६) दुय्यम प्रतीचा माल विशेष सवलतीवर, इत्यादी.

भाग्यशाली विक्रेत्याची निवड किंवा स्पर्धा

ठराविक प्रकारच्या स्पर्धांचे आयोजक ग्राहकांना आकर्षित करतात. या स्पर्धांतील सर्व विजेत्यांमधून लकी ड्रॉच्या माध्यमातून भाग्यशाली विजेत्यांची निवड करण्यात येते. या स्पर्धा विविध प्रकारे आयोजित करण्यात येतात :

१) ठराविक उत्पादनांची दहा / वीस रिकामी पाकिटे, स्टीकर्स इ. विक्रेत्यापाशी जमा करणे व ठराविक प्रपत्र भरून देणे.

२) ठराविक घोषवाक्य सादर करणे आणि मला विशिष्ट उत्पादन का आवडते, याबाबत माहिती देणे.

३) प्रश्नमंच, फोटो स्पर्धा, सामान्यज्ञान यासारख्या स्पर्धांचे आयोजन करून त्यातील विजेत्यांमधून भाग्यशाली विजेत्यांची निवड.

४) विशिष्ट नमुना प्रपत्रात माहिती पाठविणे, त्यातून भाग्यशाली विजेत्याची निवड

५) विविध देशांना सफर सवलती, मोफत भेट देण्याचे आमिष देणे.

वरील प्रकारच्या आश्वासनांत अनेक त्रुटी असतात, त्यातील अटी व तरतुदी पुरेशा स्पष्ट नसतात आणि त्यातून ग्राहकांची दिशाभूल होते.

प्रमाणित निकषांचे उल्लंघन

अनेक जाहिरातींमधील माहिती पर्याप्त नसते. उत्पादनांचे गुण व दोष, त्यांना हाताळण्याच्या पद्धती याबाबत पर्याप्त माहिती देण्यात येत नाही. त्यामुळे ग्राहकांची फसगत होते व तो दुय्यम दर्जाची उत्पादने खरेदी करतो.

काही विक्रेते ISI, Agmarc यासारख्या पूर्वनिर्धारित प्रमाण नसणारी उत्पादने विक्रीस आणतात, त्यांची जाहिरात करतात, त्यावर सवलत देतात व त्यातून ग्राहकांची फसवणूक होते.

कृत्रिम पद्धतीने कमतरता, तूट निर्माण करणे

MRTP कायद्याच्या अनुच्छेद १२ (ए) प्रमाणे कृत्रिम स्वरूपाची कमतरता निर्माण करणे, त्याद्वारे ग्राहकांना फसविणे, किमतीत अकारण वाढ करणे, अनुचित व्यापारपद्धतीचा वापर करणे, या सर्वांबद्दल कठोर शिक्षा आहेत. कृत्रिम स्वरूपाची तुटवड्याची परिस्थिती अनेक प्रकारे निर्माण करण्यात येते, किंवा तसा आभास निर्माण करण्यात येतो :

१) ठराविक उत्पादन केवळ विशिष्ट कालावधीतच किंवा कालावधीकरिताच उपलब्ध आहे अशी जाहिरात.

२) ठराविक उत्पादनावरील सवलत विशिष्ट अवधीपर्यंतच आहे अशी जाहिरात.

३) ठराविक उत्पादनाच्या तुलनेत मागणी अतिप्रचंड आहे असा आभास निर्माण करणे.

ग्राहक न्यायालये आणि जाहिरातींमधील असत्यता

ग्राहक संरक्षण कायदादेखील चुकीची माहिती देऊन ग्राहकांस वस्तू खरेदी करण्यासाठी उद्युक्त करणाऱ्या सर्वच जाहिरातींबाबत कठोर आहे. परंतु यासाठी प्रत्यक्ष स्वरूपाचा व्यवहार होणे मात्र आवश्यक आहे. जोपर्यंत ग्राहक प्रत्यक्ष स्वरूपाच्या खरेदी विक्रीच्या (मग ती वस्तू असो वा सेवा) व्यवहारात सहभागी होत नाही तोपर्यंत तो ग्राहक या संज्ञेच्या कक्षेत येत नाही. अशा वेळी मात्र सदर कायद्याच्या तरतुदीअंतर्गत जाहिरातदारावर किंवा विक्रेत्याविरुद्ध कारवाई करता येत नाही.

वासू फार्मास्यूटिकल्स या कंपनीने सिलेक्ट या नावाची गोळी बाजारात विक्रीसाठी आणली. त्या वेळी या कंपनीने अशी जाहिरात दिली की, सदर गोळी केवळ पुरुष-संतान प्राप्त होण्यासाठी उपयुक्त आहे. या जाहिरातीविरुद्ध CERC ने राष्ट्रीय ग्राहक आयोगाकडे तक्रार केली. तक्रारकर्त्याच्या मते, या जाहिरातीद्वारे स्त्री-पुरुष समानतेच्या संकल्पनेवर आणि मानवी मूल्यांवरच प्रहार करण्यात आला आहे. तसेच अशा प्रकारचा दावा गैर आहे. सत्यापासून दूर जाणारा आहे. व्यापक राष्ट्रहितास घातक आहे. कंपनीने सदर जाहिरात मागे घ्यावी आणि योग्य सुधारित जाहिरात प्रसारित करावी. राष्ट्रीय ग्राहक आयोगाने कंपनीस याप्रमाणे निर्देश दिले आणि सदर जाहिरातीवर बंदीपण आणली. कंपनीची सदर जाहिरात अनुचित व्यापारपद्धत आहे असे स्पष्ट मत नोंदविले आणि सिलेक्टच्या विक्री व निर्मितीवर प्रतिबंध आणण्यात आला. याच प्रकारचे निर्देश MRTP ला पण दिले. गुजरात शासनानेदेखील सदर उत्पादनाच्या विक्रीवर १९८१ पासून प्रतिबंध घातले आहेत.

या संदर्भात दोन महत्त्वाचे मुद्दे पुढीलप्रमाणे येथे नमूद करण्यासारखे आहेत :

१) प्रचारित ड्रग्ज ॲण्ड कॉस्मेटिक्स कायदा, १९४० मध्ये अनेक मर्यादा आणि त्रुटी आहेत.

२) आयुर्वेदिक आणि वनस्पतिजन्य असणारी सर्वच औषधे योग्य आहेत, दोषांपासून मुक्त आहेत, असा दावा करणे गैर आहे, परंतु त्यावर नियंत्रण ठेवणारे योग्य कलम कायद्यात नाही. अशा प्रकारच्या औषधांच्या दाव्यातील सत्यता प्रमाणित करणारी कोणतीही यंत्रणा नाही.

३) जाहिरातीतील दावे व त्यांची सत्यता याविषयीची न्यायालयीन प्रक्रिया अत्यंत दीर्घ आणि किचकट आहे. बरेचदा अशा न्यायलयीन प्रक्रियेत बराचसा वेळ जातो. त्या काळात जाहिरातदार व विक्रेते ग्राहकांची मोठ्या प्रमाणावर फसवणूक करतात.

४) अशा प्रकारच्या जाहिरात आणि विक्रीपद्धतीवर नियंत्रण ठेवणारी शासकीय यंत्रणा हवी आणि तिने त्वरेने कार्य करावयास हवे.

दिवाणी न्यायालये

१९८४ मध्ये रसना या शीतपेये निर्माण करणाऱ्या कंपनीने एक स्पर्धा घोषित केली. त्यानुसार एक जाहिरात देण्यात आली. या जाहिरातीत असे सांगण्यात आले होते की, रसनाची दोन पाकिटे आणि रु.११/- पाठविल्यास स्पर्धकाला त्याच्या भविष्याविषयक दोन प्रश्नांची उत्तरे पाठविण्यात येतील. यासाठी स्वतःचे नाव असणारा

लिफाफासुद्धा पाठविणे आवश्यक आहे. सदर जाहिरातीनुसार प्रथम लाभ दोन भाग्यशाली ग्राहकांनाच केवळ ही संधी देण्यात येणार होती.

वरील जाहिरातीवर CERC ने आक्षेप घेतला. संस्थेच्या मते, याप्रमाणे केवळ २ लक्ष ग्राहकच सहभागी होतील हे खरे नाही. कंपनीला किमान ४ लक्ष ग्राहकांकडून प्रवेशिका प्राप्त होणार आहे. प्रत्यक्ष ग्राहकाला रु. ११/– खर्च करावयाचा नसून रु. २३/– खर्च करावयाचा आहे. तसेच जे भाकीत करण्यात येणार आहे ते खरेच असेल असे नाही.

कंपनी किमान ४ लक्ष पाकिटांची विक्री करून ४६ लक्ष रुपयांची विक्री करणार आहे आणि त्यामुळे ग्राहकांचे व समाजाचे मोठेच नुकसान करणार आहे. सबब सदर जाहिरात गैर आहे, अनुचित आहे. रसना कंपनीवर दिवाणी न्यायालयात दावा करण्यात आला. कंपनीने आपण दिलेली जाहिरात ग्राहकांची दिशाभूल करणारी आहे हे मान्य केले आणि सदर जाहिरात मागे घेतली.

अनुचित जाहिरातींवर निर्बंध ठेवणाऱ्या संस्था व प्राधिकरणे

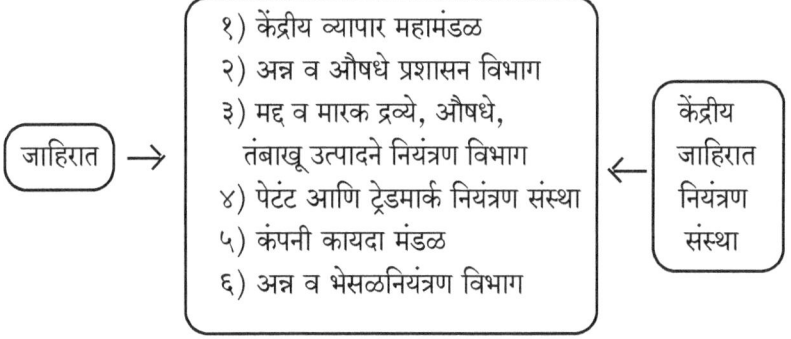

□□

११

आचारसंहिता

जाहिरातीवर योग्य नियंत्रण समाजाने व शासनाने ठेवले पाहिजे असा सर्वमान्य दंडक विक्रेते, जाहिरातदार आणि या क्षेत्रातील इतर संबंधितांनीसुद्धा मान्य केला आहे. या दंडकाचा परिणाम केवळ विशिष्ट स्थानिक आणि राष्ट्रीय पातळीवरील बाजारपेठेतच दिसून आला आहे असे नाही, तर त्याची परिणामकारक अंमलबजावणी आंतरराष्ट्रीय पातळीवरसुद्धा होताना आढळून येत आहे.

जाहिरात या प्रसारमाध्यमाची प्रभावक्षमता आणि तीव्र परिणामकारकता याची योग्य नोंद सर्वच शासकीय आणि सामाजिक संस्थांनी घेतली. १९३७ मध्ये जाहिरातविषयक आचारसंहिता प्रथमच तयार करण्यात आली. त्यानंतर त्यात १९४९, ५५, ६६, ७३ आणि ७५ साली अनेक बदल, दुरुस्त्या करण्यात आल्या आहेत. आज जगातील अनेक देशांतील २५० हून अधिक संस्थांनी ही आचारसंहिता आपल्या देशातील राष्ट्रीय आणि बहुराष्ट्रीय कंपन्यांसाठी मार्गदर्शक तत्त्व म्हणून स्वीकारली आहे.

या आचारसंहितेचे प्राथमिक उद्दिष्ट पुढील शब्दांत व्यक्त करण्यात आले आहे,

To promote high standards of ethics in marketing by self regulation against the background of law, board on the paramounting of social responsibility towards the consumer and the community.

ही आचारसंहिता केवळ जाहिरातदार आणि विक्रेते यांना मार्गदर्शक म्हणून तयार करण्यात आली असली, तरीही न्यायालये आणि इतर शासकीय संस्था यांचा प्रयोग जाहिरात नियमन आणि नियंत्रण यासाठी करू शकतात. जाहिरातींमधील नीतिमत्ता आणि औचित्य याकरिता संदर्भ म्हणून या आचारसंहितेचा वापर करण्यात येतो. आंतरराष्ट्रीय आचारसंहितेचे प्रमुख उद्देश पुढीलप्रमाणे विशद करता येतील :

१) बहुराष्ट्रीय कंपन्यांद्वारे विक्रयवृद्धी आणि प्रवर्तनासाठी ज्या विविध प्रचार तंत्राचा, जाहिरातींचा वापर करण्यात येतो त्यावर नैतिक निर्बंध ठेवण्यासाठी.

२) अत्यंत शक्तिशाली आणि अजस्र आकाराच्या कंपन्यांनी आपल्या अर्थतंत्राचा आणि जाहिराततंत्राचा अनुचित वापर करून ग्राहकांच्या मानसिकतेवर विपरीत प्रभाव करू नये यासाठी निर्बंध ठेवणारी यंत्रणा.

३) जाहिराततंत्रातील औचित्य, नैतिकता आणि न्यायालय याविषयी मार्गदर्शक सूचना.

४) ग्राहक न्यायालये, जाहिरात नियमन संस्था, जाहिरातदारांच्या संघटना आणि विविध व्यापार संघटना यांना एका सुसंबद्ध आणि सहजमात्र होणाऱ्या मार्गदर्शक तत्त्वांची रचना तयार करणे.

या आचारसंहितेची ठळक वैशिष्ट्ये पुढीलप्रमाणे सांगता येतील :

१) ही आचारसंहिता इंटरनॅशनल चेंबर ऑफ् कॉमर्स या सर्वोच्च आंतरराष्ट्रीय संघटनेने तयार केली आहे.

२) ही आचारसंहिता केवळ मार्गदर्शक स्वरूपाची आहे, ती बंधनकारक नसून मार्गदर्शक मात्र आहे.

३) या आचारसंहितेची अंमलबजावणी प्रत्येक देशातील राष्ट्रीय चेंबर ऑफ् कॉमर्स किंवा तत्सम सर्वोच्च व्यापार संघटनेच्या माध्यमातून केली जाते.

४) ही आचारसंहिता लागू करणे बंधनकारक नसले तरी तिचे मार्गदर्शक तत्त्व व्यापारपद्धतीमधील उचित / अनुचित स्वरूप ठरविण्यासाठी मार्गदर्शक आहे.

आंतरराष्ट्रीय आचारसंहितेमधील मार्गदर्शक सूचना पुढीलप्रमाणे सांगता येतील:

१) जाहिरातीची योग्यता, तिचा प्रभाव कशा प्रकारे व कोणावर होणार आहे याचे मूल्यमापन करून ठरविले पाहिजे.

२) जाहिरात मग ती कोणतेही उत्पादन किंवा सेवा यांची असो, न्याय, सत्य, वास्तव, सौंदर्य आणि अभिरुचीच्या प्रचलित संकल्पना व समाज मान्यतांना खंडित करणारी, त्यांचा अधिक्षेप करणारी असू नये.

३) जाहिरातदारांनी सामाजिक जाणिवेच्या आणि व्यावसायिक नीतिमत्तेच्या मर्यादांचा भंग होईल अशा प्रकारची जाहिरात देऊ नये.

४) कोणत्याही देशाची संस्कृती, धर्म, वंश आणि आचार-विचार यांची मान्यताप्राप्त पद्धती यांचा अवमान करणारी जाहिरात जाहिरातदाराने देऊ नये.

५) जाहिरात अनुचित स्पर्धेला उत्तेजन देणारी असू नये.

६) सर्वसामान्य जनमताचा जाहिराततंत्रावरील विश्वास उडेल, त्यांच्या मनात गोंधळ आणि संदेहाचे वातावरण निर्माण होईल अशा प्रकारच्या जाहिराती

जाहिरातदारांनी प्रसारित करू नयेत.

७) 'भय आणि संदेह' या आवाहनांचा वापर करताना जाहिरातदारांनी त्याचा ग्राहकव्यक्ती किंवा समाजमनांवर विपरीत प्रभाव होत नाही याची खात्री करणे आवश्यक आहे.

८) क्रौर्य, अत्याचार आणि द्वेष यांना उत्तेजन देणाऱ्या जाहिरात मजुकाराचा वापर जाहिरातदाराने करू नये.

९) संशोधन व पाहणीमधील माहितीचे चुकीचे प्रदर्शन किंवा अपलापस्वरूप सादरीकरण करणाऱ्या जाहिराती प्रसारित करू नयेत.

१०) तांत्रिक प्रगती, विज्ञान व वैज्ञानिक संशोधनातील माहितीचा लोकांची दिशाभूल होईल अशा प्रकारे उपयोग, प्रचार करू नये.

११) अंधश्रद्धा आणि मिथक कल्पनेवर सर्वसामान्य व्यक्तीचा विश्वास होईल अशी जाहिरात करू नये.

१२) सांख्यिकीय तंत्राचा वापर करून अवास्तव किंवा अयोग्य माहितीला वास्तववादी किंवा सत्य सिद्ध करणारी जाहिरात करण्यात येऊ नये.

१३) ज्या दाव्यांना, विचारांचा तांत्रिक, शास्त्रीय किंवा वैधानिक आधार नाही असे दावे प्रभावी मानसशास्त्रीय तंत्राचा वापर करून सिद्ध करण्याचा प्रयत्न करू नये.

१४) तुलनात्मक जाहिरात करताना सत्य आणि वास्तवाचा उपयोग करण्यात यावा.

१५) तज्ज्ञ, शास्त्रज्ञ किंवा विचारवंतांच्या मतांचा वापर कोणत्याही प्रकारची दिशाभूल होईल अशा प्रकारे करण्यात येऊ नये.

१६) लहान मुले, स्त्रिया यांच्या मनोभूमिकेवर विपरित परिणाम होईल अशाप्रकारे जाहिरात तंत्राचा वापर करणे टाळावे.

१७) ग्राहकांची मानसिकता, विचारसरणी आणि सांस्कृतिक आर्थिक पार्श्वभूमी यावर विपरीत परिणाम होईल अशा प्रकारची जाहिरात करणे गैर आहे.

संयुक्तराष्ट्रसंघाने बहुराष्ट्रीय कंपन्यांनी आपली उत्पादने विक्री करताना विकसनशील आणि अप्रगत राष्ट्रातील ग्राहकांचे शोषण होणार नाही यासाठी जाहिराततंत्राच्या अनुचित वापरावर नियमन करणाऱ्या अनेक मार्गदर्शक जाहिराती देऊ नयेत:

१) जाहिरातदारांनी ग्राहकांची दिशाभूल करणारी जाहिरात देऊ नये.

२) ग्राहकांच्या सांस्कृतिक पार्श्वभूमीचा उपयोग उत्पादनाच्या विक्रीसंवर्धनासाठी अयोग्य प्रकारे करू नये.

३) उत्पादनाविषयी देण्यात येणारी माहिती वास्तववादी, संयुक्तिक आणि सत्यतेवर

आधारित असावी.

४) एकाच उत्पादनाची विविध देशांत परस्परविरोधीप्रकारे जाहिरात करू नये.

५) ग्राहकांचे उत्पादन खरेदी करताना वास्तवाचे भान कायम राहील अशा प्रकारे उत्पादनाची जाहिरात करण्यात यावी.

६) जाहिरातीमधील औचित्य, चाळ, परिस्थिती, सांस्कृतिक, सामाजिक पार्श्वभूमी यांचा सारासार विचार करून ठरविण्यात यावे.

अमेरिकेतील जाहिरात नियंत्रणविषयक संस्था

नियामक संस्था	*जाहिरातीवर प्रभाव*
* फेडरल ट्रेड कमिशन (www.tte.gov.)	विविध नित्योपयोगी वस्तूंचे वेष्टण, लेबल्स, हमी व पतविषयक अटी यासंदर्भात देण्यात येणाऱ्या जाहिराती व संदेशांवर नियंत्रण.
* फूड ॲण्ड ड्रग ॲड्मिनिस्ट्रेशन (www.tte.gov.)	अन्न व खाद्य पदार्थांचे वेष्टण, लेबलिंग, जाहिरात व संदेशविषयक नियमन
* फेडरल कम्युनिकेशन्स कमिशन	रेडिओ व दूरदर्शनावरील जाहिराती, प्रसारण तंत्रे व कार्यपद्धतीचे नियमन
* ब्युरो ऑफ् ॲल्कॉहॉल, टोबॅको ॲण्ड फायद आम्ल (www.alf.treas.gov.)	मद्य मद्याकी व मारकद्रव्ये तंबाखूनिर्मित उत्पादने व शस्त्रे यांच्या जाहिरातींवर नियंत्रण
* युकप्टस पेटंट ऑफिस (www.uspto.gov.)	पेटंट, ट्रेडमार्क व उत्पादनांच्या विशेषाधिकारांचे संरक्षण
* लायब्ररी ऑफ् काँग्रेस	कॉपीराइटविषयक अधिकाराचे रक्षण

इंग्लंडमधील जाहिरातविषयक आचारसंहिता

इंग्लंडमध्ये आचारसंहितेच्या माध्यमातून जाहिरात व प्रसारमाध्यमातील अनुचित माहिती, अयोग्य प्रचार यावर नियंत्रण ठेवण्याचा प्रयत्न केला जातो. जाहिरातींतील अयोग्य माहितीच्या नियंत्रणासाठी ५० हून अधिक विविध कायदे आज इंग्लंडमध्ये आहेत. यापैकी तीन कायदे प्रमुख आहेत, ते पुढीलप्रमाणे आहेत :

१) ट्रेडडिस्क्रिप्शन अॅक्ट, १९६८
२) फेअर ट्रेडिंग अॅक्ट, १९७३
३) कंझ्युमर क्रेडिट अॅक्ट, १९७४.

यापैकी, ट्रेड ड्रिस्क्रिप्शन अॅक्ट हा कायदा मुख्यत्वेकरून जाहिरातीमधील मजकूर आणि त्यातील औचित्य यावर नियंत्रण ठेवणारा आहे, तर फेअर ट्रेडिंग अॅक्ट हा कायदा ग्राहकांना उत्पादन व सेवाविषयक अधिक माहिती मागण्याचा व त्यासंबंधीचे इतर विविध अधिकार देतो. प्रसारमाध्यमातून ज्या विविध जाहिरातींचे प्रसारण होते, त्याचे नियंत्रण इंडिपेंडंट ब्रॉडकास्टिंग अॅक्ट, १९७३ या कायद्याच्या माध्यमातून निर्धारित करण्यात आली आहे. येथील ITCA (Independent Television Companies Assoicaion) या संस्थेच्या माध्यमातून जाहिरातविषयक विविध प्रकारची वैधानिक व सांख्यिकीय माहिती प्रसारित करण्यात येते. अनुचित जाहिरातींवर नियंत्रण ठेवणाऱ्या मार्गदर्शक सूचना व अशा जाहिरातींमधील दोष याबाबतची माहितीदेखील यातून प्रकाशित होते.

यासोबतचे ब्रिटनमध्ये BCAP (British Code of Advertising Practice) ही स्वायत्त आणि स्वतंत्र यंत्रणा आहे. BCAP ही संस्था जाहिरातदारांनी कोणत्या प्रकारच्या व स्वरूपाच्या जाहिराती प्रसारित कराव्यात यावर अप्रत्यक्ष नियंत्रण ठेवणारी स्वायत्त संस्था आहे. या संस्थेबरोबरच ASA (Advertising Standards Authority) या नावाची गैरसरकारी संस्थादेखील कार्य करते. या समितीद्वारेच जाहिरातविषयक आचारसंहिता तयार करण्यात आली आहे. जाहिरातदार, ग्राहक, सामान्य नागरिक जाहिरातविषयक आपल्या सर्व तक्रारी याच संस्थेकडे दाखल करतात. ब्रिटनमध्ये अनेक जाहिरातींच्या प्रसिद्धीपूर्वी प्रकाशन अनुमती घेणे अनिवार्य मानण्यात आले आहे. सिगारेट, दारू, प्रसूती, गर्भनिरोधके, सेवायोजन, वैद्यकीय सेवा आणि तत्सम उत्पादनांच्या जाहिराती पूर्वतपासणीशिवाय प्रकाशित करण्यावर प्रतिबंध आहेत. असत्य आणि सत्याचा अपलाप करणाऱ्या विविध जाहिरातींवर अत्यंत कठोर शिक्षा व दंड देण्याची तरतूद ट्रेड डिस्क्रिप्शन कायद्यात आहेत.

मलेशियातील जाहिरातविषयक आचारसंहिता

मलेशियातील जाहिरातविषयक आचारसंहिता ब्रिटन किंवा अमेरिकेप्रमाणेच असली तरी त्यातील काही तरतुदी अधिक कठोर आणि ताठर स्वरूपाच्या आहेत. पेनांग या मलेशियातील शहरात IOCU चे मध्यवर्ती केंद्र आहे. या देशातील

जाहिरातविषयक आचारसंहितेनुसार प्रत्येक जाहिरात योग्य, सभ्य, अभिरुचिपूर्ण, सत्यावर आधारित आणि दिशाभूल करणारी नसावी. ती विविध कायद्यांतील सर्व संबंधित तरतुदींचे पालन करणारी, दायित्वाची स्वीकार करणारी आणि योग्य प्रकारे व्यक्त झाली असावी.

या आचारसंहितेची ठळक वैशिष्ट्ये पुढीलप्रमाणे सांगता येतील :

१) जाहिरातदारांनी ठराविक जाहिरात किती वेळा आणि कशा प्रकारे प्रसारित करावी यावर निश्चितमर्यादा, जाहिरातीची वारंवारिता नियम करणाऱ्या तरतुदी.

२) जाहिरातीसाठी किती जागा व वेळ देण्यात यावा यावर नियंत्रण ठेवणाऱ्या विशिष्ट मार्गदर्शक सूचना.

३) विपरीत परिणाम करणाऱ्या जाहिराती आणि तुलनात्मक जाहिरातींवर निर्बंध.

४) जाहिरातींमधील असत्य दावे, अयोग्य मजकूर याबाबत ग्राहकांना माहिती देणारी यंत्रणा.

५) मद्य, सिगारेट आणि इतर उत्पादनांच्या दूरचित्रवाणीवरील प्रसारास बंधने.

६) आरोग्य मंत्रालयाने प्रतिबंधित औषधे, उत्पादने यांच्या जाहिराती, विक्री, आणि प्रचारावर प्रतिबंध.

७) मलेशियन वंश, संस्कृती आणि विचारसरणी यांना आघात करणाऱ्या जाहिरातींवर प्रतिबंध

८) स्त्रियांच्या प्रतिमेला विकृत स्वरूपात सादर करणाऱ्या जाहिरातींवर प्रतिबंध.

ऑस्ट्रेलियातील आचारसंहिता

ऑस्ट्रेलियात अनुचित जाहिरात प्रतिबंध कायदा आहे; पण त्यासोबतच जाहिरातदाराच्या स्वयंनियंत्रणावर भर देणारी स्वायत्त यंत्रणा प्रभावीपणे कार्य करीत आहे. या स्वयंनियंत्रणाच्या आचारसंहितेची ठळक वैशिष्ट्ये पुढीलप्रमाणे सांगता येतील:

१) शासन आणि राष्ट्र यांच्या प्रतिमेस हानिकारक जाहिरात निषिद्ध मानण्यात आली आहे.

२) जाहिरातदाराने धर्म, वंश, सामाजिक नीतिमत्ता याबाबतच्या प्रचलित धारणांचा आदर केला पाहिजे.

३) मान्यताप्राप्त व्यवसाय, सामाजिक प्रतिमा यांचे भंजन करणाऱ्या जाहिराती

प्रकाशित करण्यास मज्जाव.

४) स्त्रिया व मुले यांच्या मानसिकतेला हानी पोहोचविणाऱ्या अयोग्य जाहिरातींवर प्रतिबंध.

५) शारीरिक व सामाजिक स्वास्थ्यास हानिकारक उत्पादनाच्या विक्री व विवरणास प्रोत्साहन देणाऱ्या जाहिरातींवर प्रतिबंध.

६) एखाद्या कार्यक्रमात दूरचित्रवाणीवर किती समय जाहिरातींना देण्यात येईल यावर निर्बंध ठेवणाऱ्या तरतुदी.

७) असत्य जाहिराती, अपर्याप्त माहिती यावर कडक निर्बंध.

८) मासिके आणि वृत्तपत्रांतून किती जागा जाहिरातींना द्यावी यावर निर्बंध.

❑❑

परिशिष्ट - १

जाहिरतींवर नियंत्रण ठेवणारे भारतीय कायदे

ड्रग्ज ॲण्ड कॉस्मेटिक्स कंट्रोल ॲक्ट १९४०, ड्रग्ज कंट्रोल ॲक्ट १९५०, ड्रग्ज ॲण्ड मॅजिक रेमेडीज (ऑब्जक्शनेबल ॲड्स) ॲक्ट १९५४, कॉपीराइट ॲक्ट १९५७, ट्रेड ॲण्ड मर्केडाइज मार्क्स ॲक्ट १९५८, प्रिव्हेन्शन ऑफ् फूड अस्ट्रेशन ॲक्ट १९५४, फार्मसी ॲक्ट १९१८, प्राइस कॉम्पिटिशन ॲक्ट १९५५, इम्बेलग्स ॲण्ड नेम्स (प्रिव्हेन्शन ऑफ् इम्प्रॉपर यूज) ॲक्ट १९५०, कन्झ्यूमर प्रोटेक्शन ॲक्ट १९८६, दूरदर्शन ॲण्ड सेंट्रल इंडिया रेडिओ कोड, कोड ऑफ् इथीन्स फॉर ॲड्व्हर्टायझिंग ऑफ् मेडिसीन ॲण्ड ट्रीटमेंट्स ॲड्व्हर्टायझिंग स्टॅंडर्ड्स कौन्सिल ऑफ् इंडिया.

परिशिष्ट - २

दूरदर्शनवरील जाहिरातींबाबत आचारसंहितेतील काही मार्गदर्शक तत्त्वे

दूरदर्शनने जाहिरातींविषयक आचारसंहिता ठरवून दिली आहे. त्यानुसार ज्या जाहिराती दूरदर्शनवरून प्रसारित होतात त्याविषयक ठराविक निर्बंध आणि मार्गदर्शक सूचना घालून देण्यात आल्या आहेत. कोणताही जाहिरातदार या सूचनांचे उल्लंघन करणारी जाहिरात दूरदर्शनवरून प्रसारित करू शकत नाही.

ही तत्त्वे पुढीलप्रमाणे आहेत :

१. भारतीय संविधान, कायदे यातील तरतुदी किंवा कलमे यांचे उल्लंघन करणारी कोणतीही जाहिरात दूरदर्शनवरून प्रसारित करता येणार नाही.

२. धर्म, जात आणि विविध जनसमुदायांच्या भावनांना धक्का पोहोचविणारी, त्यांचा अपमान करणारी किंवा नीतिमत्ता, सभ्यता आणि प्रचलित सामाजिक मान्यता यांच्या विरुद्ध असणारी जाहिरात.

३. गुन्हेगार, गुन्हेगारीवृत्ती, हिंसावृत्ती यांचे उदात्तीकरण किंवा कायद्याचे उल्लंघन करण्यास प्रोत्साहन देणारी जाहिरात निषिद्ध आहे.

४. हिंसा, अत्याचार, बिभत्सवृत्ती यांना प्रोत्साहन देणारी जाहिरात, गुन्ह्यांचे समर्थन करणारी जाहिरात, तंबाखू, तंबाखूचे पदार्थ, सिगारेट, दारू, मादक पेये यांचा प्रचार किंवा प्रसार करणारी जाहिरात, सावकारी वृत्ती, चिटफंड, खाजगी लॉटरी संघटना यांच्या जाहिरातींवर निर्बंध घालण्यात आले आहेत.

५. अपंजीकृत सेवा योजन व रोजगार देणाऱ्या संस्था, विवाहविषयक कार्य करणाऱ्या संस्था, भविष्यवेत्ते, ज्योतिषी यांना जाहिराती देण्यापासून वंचित करण्यात आले आहे.

६. कोणत्याही जाहिरातीमध्ये हमी (guarantee) ह्या शब्दाचा वापर करता येणार नाही. कोणतीही जाहिरात बातमीच्या स्वरूपात देता येणार नाही. धर्म किंवा राजकीय विचारांचा प्रचार करणारी जाहिरात करता येणार नाही. दुसऱ्या किंवा पर्यायी स्पर्धक उत्पादनांची बदनामी करणारी, त्यातील न्यूनस्थळे सांगणारी जाहिरात करता येणार नाही.

७. जाहिरातीमधील मजकूर विश्वासार्ह असावा, त्याने प्रेक्षकांची दिशाभूल होऊ नये. सामान्य जनतेच्या मनोभावनावर परिणाम करणाऱ्या किंवा त्यांना दबावाखाली आणतील अशा प्रकारच्या ध्वनी, चित्रे, कल्पना आणि विचार असणाऱ्या जाहिरातींवर प्रतिबंध.

८. मुलांना माता-पित्यावर किंवा वडीलमंडळीवर ठराविक उत्पादन खरेदी करण्यासाठी दबाव आणावा अशा जाहिरातींवर प्रतिबंध अशा जाहिरातींतील कोणताही दावा, ठराविक उत्पादन खरेदी न केल्यास आई-वडील आपल्या कर्तव्यात चुकले असा असू नये.

९. मुलांच्या मनोवृत्तीवर विपरीत परिणाम करणाऱ्या, त्यांना अनुचित कृती करण्यास बाध्य करणाऱ्या जाहिरातींवर प्रतीबंध.

१०. मुलांची प्रतिमा अनुचित प्रकारे दर्शविणाऱ्या जाहिरातींवर प्रतिबंध, सामान्य जनतेच्या अज्ञानाचा गैरफायदा घेऊन उत्पादने सेवांची विक्री करणाऱ्या जाहिरातींवर प्रतिबंध.

❏❏

निवडक पारिभाषिक शब्द

Advertorial	–	विज्ञापनलेख
Aerial Advertising	–	हवाई जाहिरात
Arena Advertising	–	फलक क्षेत्र जाहिरात
Audit Bureau of Circulation	–	ऑडिट ब्युरो ऑफ सर्क्युलेशन (वितरण अंकेक्षण विभाग)
Better Business Bureau	–	उचित व्यवसाय केंद्र
Bill Board	–	जाहिरात तक्ता
Burst Advertising	–	नाट्यपूर्ण जाहिरात
Classified Advertising	–	वर्गीकृत जाहिरात
Competitive Advertising	–	स्पर्धात्मक जाहिरात
Conditioned Response	–	बंदिस्त प्रतिसाद
Corporate Advertising	–	कंपनी जाहिरात
Corporate image	–	कंपनी प्रतिमा
Corrective Advertising	–	सुधारात्मक जाहिरात
Creative Strategy	–	कल्पक व्यूहरचना
Float	–	विज्ञापना सभोवतालची रिकाची जागा
Impact	–	प्रभाव
Informative Advertising	–	माहितीप्रद जाहिरात
Lay out	–	रचनाकृती
Life style	–	जीवनशैली
Logo	–	प्रतीकचिन्ह
Media	–	माध्यम
Motivation Research	–	अभिप्रेरणात्मक संशोधन
Perception	–	धारणा

Primary Media	–	प्राथमिक माध्यम
Product Mix	–	उत्पाद मिश्रण
Recall	–	पुनर्साद
Recognition	–	मान्यता
Secondary Medium	–	दुय्यम माध्यम
Tactical Advertising	–	व्युहरचनात्मक जाहिरात
Transformational Advertising	–	परिवर्तनकारी जाहिरात
Unique Sales Proposition	–	एकमेव विक्रय प्रस्ताव
Vertical Advertising	–	उदग्र जाहिरात

❑❑

संदर्भ ग्रंथ

1) Borden Neil H 'The Economic Effects of Advertising' Irwin.

2) Dunn Watson and Barban Arnold M. 'Advertising : Its Role in Modern Marketing, 7th ed. The Dryden Press 1989.

3) Festinger Leon - 'A Theory of Congnitive Dissonance' Harper and Row 1957.

4) Helson Harry 'Adaptation Level Theory' Harper & Row 1964.

5) Hower Ralph M - 'The History of Advertising Agency' Harvard University Press.

6) Lodish Leconard M - ' The Advertising and Promotion Challenge : Vaguely Right or Precisely Wrong?' Oxford University Press 1986.

7) Ogilvy David - 'Confessions of an Advertising Man' Atheneum, 1964.

8) Percy Larry and Rossiter John R. - 'Advertising Communications and Promotion Management' Irwin-McGraw Hill 1997.

9) Pops Daniel - 'The Marketing of Modern Advertising' Basic Books, 1946.

10) Russell J. Thomas and Lane W. Ronald - 'Kleppner's Advertising Procedure' Prentice Hall, 13th ed. 1996.

11) Sneiden Hank ' Advertising Pure and Simple 1977.

12) Strong E. K. - 'The Psychology of Selling' McGraw Hill.

13) Trout Jack and Ries Al. - 'Positioning Cuts Through Chaos in the Market Place' Advertising Age 1972.

❑❑